INSIGHT PUBLICA®

INSIGHT PUBLICA

Nadakkavu, Kozhikode, Kerala
Tel:0495–4020666
www.insightpublica.com
e-mail: insightpublica@gmail.com

**Aekanthathaye kurichu
oru novel koodi**

(Malayalam Novel)

V.H. Nishad

First Edition: March 2018
Second Edition: November 2018

ISBN 978-93-87398-23-8
Printed and Published by
InsightinPublica Printers & Publishers Pvt Ltd.

ഏകാന്തതയെക്കുറിച്ച് ഒരു നോവൽ കൂടി

വി.എച്ച്. നിഷാദ്

INSIGHT PUBLICA®

കണ്ണൂർ ജില്ലയിലെ തളിപ്പറമ്പ് സ്വദേശി. ചെറുകഥാകൃത്ത്, നോവലിസ്റ്റ്, പത്രപ്രവർത്തകൻ, അധ്യാപകൻ.പരിയാരം ഗവ. ഹൈസ്കൂൾ, തളിപ്പറമ്പ് സർസയ്യദ് കോളേജ്, മാനന്തവാടി മേരീ മാതാ കോളേജ്, മഹാത്മാഗാന്ധി സർവകലാശാല ജേണലിസം വിഭാഗം എന്നിവിടങ്ങളിൽ വിദ്യാഭ്യാസം.

മലയാളത്തിൽ റാഡിക്കൽ ജേണലിസത്തിനു തുടക്കിട്ട് ദില്ലിയിൽ നിന്നു പ്രസിദ്ധീകരിച്ചിരുന്ന ഫ്രീ പ്രസ് മാസികയുടെ സ്ഥാപകരിലൊരാളും അതിന്റെ ലിറ്ററി എഡിറ്ററുമായിരുന്നു. തുടർന്ന് ഇന്ത്യാടുഡേയുടെ മലയാളം എഡിറ്റോറിയലിൽ മൂന്നു വർഷത്തോളം ജോലി ചെയ്തു. ന്യൂസ് ടുഡേ, കവേർട് മാഗസിൻ, ടൈംസ് ഓഫ് ഇന്ത്യ എന്നീ പ്രസിദ്ധീകരണങ്ങളിൽ സീനിയർ കറസ്പോണ്ടന്റായും പ്രവർത്തിച്ചു. 2011-മുതൽ ഡ്യൂൾ ന്യൂസ് ഡോട് കോം എന്ന പോർടലിന്റെ ലിറ്ററി എഡിറ്ററായി (ഹോണററി) പ്രവർത്തിച്ചു വരുന്നു.

കണ്ണൂർ സർവകലാശാല ജേണലിസം വിഭാഗത്തിന്റെ കോഴ്സ് ഡയറക്ടർ, ജേണലിസം ബോർഡ് ഓഫ് സ്റ്റഡീസ് ചെയർമാൻ, 'ഇന്ത്യൻ ഇങ്ക്' എന്ന ഇംഗ്ലീഷ് ലിറ്റിൽ മാഗസിന്റെ പത്രാധിപ സമിതി അംഗം എന്നീ സ്ഥാനങ്ങൾ വഹിച്ചു. ഇപ്പോൾ തളിപ്പറമ്പ് സർസയ്യദ് കോളെജിൽ ജേണലിസം അധ്യാപകൻ.

മാതൃഭൂമി വിഷുപ്പതിപ്പ് കഥാ സമ്മാനം, മുട്ടത്തുവർക്കി കലാലയ കഥാ അവാർഡ്, എം പി നാരായണപ്പിള്ള ചെറുകഥാ പുരസ്കാരം, നാവ് കഥാ പുരസ്കാരം,ബാലകൃഷ്ണൻ മാങ്ങാട് ചെറുകഥാ അവാർഡ്, അങ്കണം-ഇ പി സുഷമ എൻഡോവ്മെന്റ് തുടങ്ങിയ അംഗീകാരങ്ങൾ ലഭിച്ചു.

ബ്ലോക്ക്, അവൾ, ചെക്ക്, മഞ്ഞു പോലെ..തുടങ്ങിയ ഹ്രസ്വ ചിത്രങ്ങൾക്ക് കഥയും തിരക്കഥയും രചിച്ചിട്ടുണ്ട്. 'അവൾ' എന്ന ഷോർട് ഫിലിം 2010-ൽ ഇന്ത്യൻ പനോരമാ വിഭാഗത്തിലേക്ക് തെരഞ്ഞെടുക്കപ്പെട്ടു.

പുസ്തകങ്ങൾ: വാൻഗോഗിന്റെ ചെവി, മിസ്ഡ് കോൾ, ഷോക്ക്, ജീവിതോൽസവം,മരമാണ് മറുപടി, അയ്യോ!, ചോക്കുകളുടെ കരച്ചിൽ,ആതിരാ-സൈക്കിൾ (കഥകൾ), പേരയ്ക്ക, മൂന്ന്, അനിതാ വയലറ്റ്(നോവൽ), New Type of Beings (a collection of English flash fictions), സിനിമാ-വായനകൾ (ലേഖനങ്ങൾ), പ്രിന്റ് മീഡിയ ജേണലിസം, കഥയുടെ നിറം (എഡിറ്റർ).

വിലാസം: 'റോസ് മഹൽ', കെ കെ റോഡ്, തളിപ്പറമ്പ പി ഒ, കണ്ണൂർ-670 141. ഇ-മെയിൽ: talkwithvhnishad@gmail.com / ഫോൺ: 8086 43 6006, 999 56 71 298.

വി.എച്ച്. നിഷാദ്

കേരളത്തിന് അറുപത് വർഷം
മലയാളത്തിന് അറുപത് പുസ്തകം

കേരളത്തിന്റെ ഷഷ്ടിപൂർത്തി വേളയിൽ അറുപത് പുസ്തകങ്ങൾ ഞങ്ങൾ പ്രസാധനം ചെയ്യുകയാണ്. കേരളം കേരളമായിത്തീർന്നതിന്റെ സാംസ്കാരിക ധ്വനികൾ, സമരോത്സുകതയുടെ കാഹളങ്ങൾ, ഇനിയും തിരിച്ച പിടിക്കേണ്ട ജീവിതത്തിന്റെ അർത്ഥസാധ്യതകൾ, തിരുത്തി എഴുതേണ്ട പ്രതിലോമ ചിന്തകൾ, സൗന്ദര്യവും സാഹിതീയവും സംഗമിക്കുന്ന സംസ്കൃതിയുടെ മുദ്രകൾ എല്ലാം ഈ അറുപതിൽ സമാഹരിക്കുന്നു.

പ്രതിരോധത്തിന്റെ പത്ത് പുസ്തകങ്ങൾ, പുതിയ നോവൽ ഭാവനയുടെ പത്ത് പുസ്തകങ്ങൾ, സോവിയറ്റ് ഓർമ്മയുടെ പത്ത് പുസ്തകങ്ങൾ, ഭാഷയുടെയും ജീവിതത്തിന്റെയും പത്ത് പുസ്തകങ്ങൾ, സർഗാത്മക സാഹിത്യത്തിന്റെ പത്ത് പുസ്തകങ്ങൾ, നവോത്ഥാനത്തിന്റെ പത്ത് പുസ്തകങ്ങൾ എന്നിങ്ങനെ ആറ് വിഭാഗങ്ങളിലായാണ് അറുപത് പുസ്തകങ്ങൾ പ്രസിദ്ധീകരിക്കുന്നത്.

ഈ നോവൽ പരമ്പരയുടെ എഡിറ്ററായി പ്രവർത്തിച്ച എന്റെ പ്രിയ സുഹൃത്തും മലയാളത്തിലെ യുവ എഴുത്തുകാരിൽ ശ്രദ്ധേയനമായ വി.എച്ച്. നിഷാദിന് നന്ദിയും സ്നേഹവും. മാറിവരുന്ന ഭാവനയുടെ നോവൽ അടയാളങ്ങളുമായി കൂടെ നിന്ന എഴുത്തുകാർക്ക് നന്ദി. വളരെ വേഗത്തിൽ തന്നെ രണ്ടാം പതിപ്പിലേക്കു കടന്ന ഈ നോവലിന്റെ ആദ്യ പതിപ്പ് സ്വീകരിച്ച മലയാളികൾക്കും നന്ദി.

സുമേഷ് ഇൻസൈറ്റ്

മലയാള നോവൽ കൈവരിയുടെ ഇങ്ങേയറ്റം

പത്ര മാസികകളുടെ ആവിർഭാവവും കൊളോണിയൽ വിദ്യാഭ്യാസവും ചേർന്ന് പത്തൊമ്പതാം നൂറ്റാണ്ടിന് നൽകിയ സമ്മാന കുടുക്കയിൽ നോവൽ എന്ന സാഹിത്യ രൂപവുമുണ്ടായിരുന്നു എന്ന് സർഗാത്മകതയുടെ മലയാള ചരിത്രം നമുക്ക് പറഞ്ഞു തരുന്നു. പലതരം കഥാഖ്യാനങ്ങളിൽ നിന്ന് നോവൽ എന്ന രചനാ-പണിശാല ഉണ്ടായി വന്നതെങ്ങനെയെന്ന് ചന്തു മേനോനിൽ തുടങ്ങി സി.വി. രാമൻപിള്ളയിൽ തുടർന്ന് തകഴി, എസ്.കെ. പൊറ്റക്കാട്, ഉറൂബ്, കേശവദേവ് വഴി സഞ്ചരിച്ച ഒരു വായനാ-വണ്ടിക്കു എളുപ്പം പറയാനാകും.

ബഷീറിന്റെ 'ബാല്യകാല സഖി', കേശവദേവിന്റെ 'ഓടയിൽ നിന്ന്', തകഴിയുടെ 'തോട്ടിയുടെ മകൻ' എന്നിവ ചേർന്ന് മലയാളത്തിലെ യഥാതഥ നോവൽ ശാഖ ഉദ്ഘാടിക്കുകയും ആധുനികതയുടെ കാലത്ത് നോവലെന്ന ദീർഘമായ സാഹിത്യ രൂപം എം.ടി, എൻ.പി. മുഹമ്മദ്, ഒ.വി. വിജയൻ, ആനന്ദ്, എം. മുകുന്ദൻ, കാക്കനാടൻ, വി.കെ.എൻ, പുനത്തിൽ, സേതു, പത്മരാജൻ, മേതിൽ രാധാകൃഷ്ണൻ എന്നിവരിലൂടെ എഴുത്തിന്റെ നവോന്മേഷങ്ങൾ അന്വേഷിക്കുകയും ചെയ്തു.

എൺപതുകളുടെ അർദ്ധാഘോഷക്കാലത്ത് ഉത്തരാധുനികത എന്നു പിന്നീട് വിശേഷിപ്പിക്കപ്പെട്ട ഒരു നവഭാവുകത്വം മലയാള നോവൽ പ്രസ്ഥാനത്തിനു പുതിയ സർഗാത്മക ചൂട്ട് വീശിയപ്പോൾ ടി.വി. കൊച്ചുബാവ, സി.വി. ബാലകൃഷ്ണൻ, സി.ആർ. പരമേശ്വരൻ, എൻ. പ്രഭാകരൻ, സാറാ ജോസഫ്, കെ.പി. രാമനുണ്ണി തുടങ്ങി ഒട്ടേറെ പേർ എഴുത്തിൽ തങ്ങളുടേതായ ഒറ്റദ്വീപ് അന്വേഷിച്ചു നടന്നു.

കുറുക്കിയിട്ടാണെങ്കിലും ഇത്രയൊക്കെ ആമുഖമായി പറയുന്നത് ഏറെ മുന്നോട്ട് വേഗതയിൽ സഞ്ചരിച്ച് പോസ്റ്റ്-പോസ്റ്റ് മോഡേൺ നിയോ റിയലിസ കാലമൊന്നൊക്കെ വിളിക്കാവുന്ന ഇന്നിൽ നിന്നു മലയാള നോവൽ തുരുത്തിലേക്ക് എത്തിപ്പിടിച്ചു നോക്കുമ്പോൾ ഏറെ ഉന്മേഷമുള്ള ചില കാഴ്ചകൾ കാണുന്നതു കൊണ്ടാണ്.

മലയാളത്തിലെ പുതിയ നോവൽ ഭാവനയുടെ പത്തു പുസ്തക പരമ്പരയിൽ അവതരിപ്പിക്കുന്ന ഈ രചനകളിൽ നാം പിന്നിട്ട യാത്രാ പഥങ്ങളുടെ അക്ഷര ഭൂപടം പടരുന്നുണ്ട് എന്ന് ഏറെ അഭിമാനത്തോടെ പറയാനാകും.

നോവൽ പരമ്പരയുടെ എഡിറ്ററായിരുന്നു കൊണ്ടു തന്നെ പത്തു പേരുടെ ഈ സംഘത്തിൽ ഒരു നോവലെഴുതുക എന്നതായിരുന്നു എന്റെ മുന്നിലുള്ള വെല്ലുവിളി. പണ്ടെഴുതി തുടങ്ങിയ പരീക്ഷണ സ്വഭാവമുള്ള ഒരു നോവൽത്തുടക്കത്തെ ഈ നിലയിലേക്കെത്തിച്ചത് അങ്ങനെയാണ്.

ഒരു നോവലിൽ എഴുത്തുകാരന്റെ സ്ഥാനം എവിടെയാണ്? ആ ഇടം നോവലികത്ത് കേറി നോക്കാനും വരയ്ക്കാനുമുള്ള തന്റേടത്തോളം വളരാമോ? നോവലിൽ കഥാപാത്രങ്ങൾക്ക് എഴുത്തുകാരനോട് എന്തു തരം വികാരമാണുണ്ടാവുക? എഴുത്തുകാരന്റെ ചിന്തകളുടെ രൂപം നോവലിന്റെ ക്രാഫ്റ്റിനെ ഏതു വിധത്തിൽ തട്ടിയിളക്കും? രണ്ടു പതിറ്റാണ്ടോളമായി എന്നിൽ പതിയിരുന്ന് ശല്യമുണ്ടാക്കിയ ഇത്തരം ചോദ്യങ്ങൾക്ക് ഉത്തരം കണ്ടെത്താനാണ് 'ഏകാന്തതയെക്കുറിച്ച് ഒരു നോവൽ കൂടി' എന്ന ഈ നോവൽ രചിച്ചതെന്നേ ഇപ്പോൾ പറയാനാവുന്നുള്ളൂ.

ഇത് രണ്ടാം പതിപ്പ് !

ഈ നോവൽ കൂട്ടായ്മയൊരുക്കുക എന്ന കൗതുകമേറിയ ദൗത്യമേൽപിച്ച ഇൻസൈറ്റ് പബ്ലിക്കയുടെ സുമേഷിനും അക്ഷര വിരുന്നൊരുക്കിയ എഴുത്തുകാർക്കും രചനകളുടെ കൂടിയിരുപ്പിന്റെ ഭാഗമായി മാറിയ ജിതേന്ദ്രുവിനും ഈ പരമ്പരയുടെ എഡിറ്റോറിയൽ കോഡിനേഷനിൽ സഹായിയായി നിന്ന ജോജു ഗോവിന്ദിനും നന്ദി.

വി എച്ച് നിഷാദ്

എഡിറ്റർ,
നോവൽ പരമ്പര

ഒന്ന്

നാരങ്ങാ മിഠായി, മുറുക്ക്, വയലറ്റും പച്ചയും ചുവപ്പും നിറമുള്ള വളപ്പൊട്ടുകൾ, പക്ഷികൾ ഉണർന്നെണീക്കുന്ന വെളുപ്പാൻ കാലം, മൂത്ര ശങ്കയോടെയല്ലാതെ പെയ്യുന്ന തുവാനം, ഇളം ചുവപ്പു നിറത്തിൽ ലഹരി പിഴിഞ്ഞ് സ്പൂണിട്ടിളക്കിയ സുലൈമാനിചായ, കല്ലുമ്മക്കായ, മഞ്ഞ പോസ്റ്റ് കാർഡുകൾ, പ്രഭാതത്തിൽ വാഴയിലയിൽ മഴത്തുള്ളി വീഴുന്ന ശബ്ദം, ആളില്ലാ വഴിയിലൂടെയുള്ള ഒറ്റയാൾ നടത്തങ്ങൾ, സൈക്കിൾ സവാരി, തിക്...തക്... തക്.. തുക് എന്നുള്ള തീവണ്ടി യാത്രകൾ, ഓർക്കുമ്പോഴെല്ലാം പ്രിയപ്പെട്ടവർക്ക് മിസ്ഡ് കോൾ അടിക്കൽ, ഒരു X-Ray എടുക്കാനെന്നവണ്ണം ഞരമ്പുകൾ കാണിച്ച് വഴിയിൽ കിടക്കുന്ന ഉണങ്ങിയ റബറിലകൾ, ഗസൽ, ബീഫ് ബിരിയാണി, നന്നാറി സർബത്ത്, ചക്രവാളത്തിൽ മഷി മാറ്റി കള്ളൊപ്പിടുന്ന സന്ധ്യ, വയലറ്റ് നിറം, കൊച്ചുകുട്ടികളുടെ ഉറക്കത്തിലുള്ള പുഞ്ചിരി, തകരമേൽക്കൂരയിൽ ദ്രുപത് വായിക്കുന്ന തെമ്മാടിക്കാറ്റ്, പെൺകുട്ടികളുടെ രണ്ടറ്റം പിന്നിയിട്ട മുടി, അസംതൃപ്തരായ ഭാര്യമാരുടെ കണ്ണുകളിൽ മാത്രം ആലപിക്കുന്ന സങ്കടമൽഹാർ, കഞ്ചാവു പോലെ ഉള്ളിലേക്ക് ആഴത്തിൽ വലിച്ചെടുത്ത്

ആസ്വദിക്കാവുന്ന പുതിയ പുസ്തകമണം, ഇള വെയിൽ, കാലൻകുട, കറുത്ത ബ്രാ, ശരത്കാല മേഘങ്ങളുടെ തെമ്മാടിത്തം, പെണ്ണുങ്ങളുടെ മുലകളെ അനുസ്മരിപ്പിക്കുന്ന ചില മലകൾ, മുല്ലപ്പൂവിന്റെ മണം, ശരീരത്തിൽ തീപോലെ കത്തിപ്പിടിച്ച് നിന്നതിനു ശേഷം ആറാൻ തുടങ്ങുന്ന രണ്ടു ദിവസപ്പനി, പങ്കായം വെള്ളത്തിൽ തുഴയുന്ന ശബ്ദം, കെ.എസ്. ആർ.ടിസി ബസ്, മഞ്ചാടിക്കുരു, അപ്പൂപ്പൻ താടി, മഹീന്ദ്ര ജീപ്പ്, കറുത്ത മഷി നിറച്ച ഫൗണ്ടൻ പേന, ഓട്ടോറിക്ഷ, ബീഫ് കറിയിൽ കുഴച്ചെടുത്ത ചൂട് പൊറാട്ട, കപ്പയും ബോട്ടിയും, മെഹ്ദി ഹസൻ-ആബിദാ പർവിൻ-അനൂപ് ജെലോട്ട ഗസലുകൾ, പി. പത്മരാജന്റെ 'തൂവാനത്തുമ്പികൾ', വൈക്കം മുഹമ്മദ് ബഷീർ, അമ്മ ഭാവമുള്ള സ്ത്രീകൾക്കു മാത്രം പകർന്നു തരാൻ പറ്റുന്ന ആലിംഗനത്തിന്റെ ചൂട്, 'ഇപ്പോൾ പറയും' എന്ന് പറയാതെ വേട്ടയാടുന്ന പ്രണയം , കണ്ണുകൾ കൊണ്ടുള്ള നിശബ്ദ സംസാരങ്ങൾ, ഇൻകമിംഗ് കോളുകൾ കിട്ടാത്ത മൊബൈൽഫോൺ, മലയാള മനോരമ ആഴ്ചപ്പതിപ്പ്, പഴയ സിനിമാ പോസ്റ്ററുകൾ, രണ്ടറ്റവും കൂർപിച്ച പെൻസിൽ, മുട്ടയുടെ മഞ്ഞക്കരു, അടിവസ്ത്രങ്ങൾ ധരിക്കാതെയുള്ള രാത്രിയുറക്കം,

പുളിമിഠായി, മൂന്നാം നിലയിൽ ബാൽക്കണിയിൽ ആകാശത്തിന്റെ കള്ളക്കളി നോക്കി രാത്രികളിൽ ഒറ്റക്കിരിക്കുന്നത്, ബാത്റൂമിൽ കതകടച്ചിരുന്ന് വിവിധ വോയ്സ് ടോണുകളിൽ ഡയലോഗുകൾ പറയൽ, കണ്ണാടിക്കു മുന്നിൽ 'അപരൻ-പൊട്ടൻ' കളിക്കൽ, അജ്ഞാത നമ്പറുകളിലേക്ക് ബ്ലാങ്ക് മെസേജുകൾ അയക്കൽ, സ്വന്തം വിലാസത്തിൽ കത്തെഴുതി പോസ്റ്റു ചെയ്യൽ, ഓലപ്പീപ്പി, കാറ്റു മിഠായി, മയിൽപ്പീലി, പൂച്ചക്കണ്ണുള്ള പെൺകുട്ടി, വിരലുകളുടെ ഞൊട്ട പൊട്ടിക്കുന്ന ശബ്ദം, ചൂളമടിക്കൽ, പത്രങ്ങൾ അവസാന പേജിൽനിന്ന് ആദ്യപേജിലേക്ക് തിരിച്ചു വായിക്കൽ, മൂത്രം കൊണ്ട് ടോയ്ലറ്റുകളിൽ ചിത്രം വരക്കൽ, ഡിക്ഷ്ണറിയിലെ ചില പേജുകൾ കാണാപ്പാഠമാക്കൽ, വെളുത്ത കടലാസ്, പച്ചയില, കൊന്നപ്പൂക്കൾ, വിഷുക്കൈനീട്ടം, തേങ്ങാച്ചോറ്, കഞ്ഞിവെള്ളം, പ്ലാവിലക്കുമ്പിൾ, പിടയ്ക്കുന്ന പത്തുരൂപാ നോട്ട്, ഉള്ളിവട, ബീഫ് കറിയിൽ കുഴച്ചെടുത്ത പഴം പൊരി, ചിക്കൻ കഞ്ഞി, ഔട്ട്- ഓഫ് പ്രിന്റായ നോവലുകൾ, ഒറ്റയാൾ പാചകം, ഇടമഴ- മെലിഞ്ഞ മിന്നൽ- കരിയിലക്കാറ്റ്, ഇങ്ങനെ വേണമെങ്കിൽ അഞ്ചരപ്പുറത്തിൽ

കൂടുതൽ ഉപന്യാസമെഴുതാൻ പാകത്തിന് ഇഷ്ടങ്ങളും നൊസ്റ്റാൾജിയകളും നിരനിരയായി ഉണ്ടായിട്ടും മുപ്പതാം വയസ്സിൽ ഞാൻ തീരെ ഇഷ്ടമില്ലാത്തൊരു കാര്യം ചെയ്തു-

ഞാൻ കാവേരിയെ വിവാഹം കഴിച്ചു

രണ്ട്

ഉണങ്ങിയ പൂമാലകളുമായി രജിസ്ട്രാഫീസിൽ നിന്ന് പുറത്തിറങ്ങുമ്പോൾ ഞാൻ വിശ്വാസം വരാതെ പണ്ട് സ്കൂളിൽ വെച്ച് കേട്ടെഴുത്തിന് ശരി കിട്ടുമ്പോഴെല്ലാം സ്ലേറ്റിൽ നോക്കിയിരുന്നതുപോലെ കാവേരിയെ മിഴിച്ചു നോക്കി.

എന്നാൽ അവൾ അപ്പോൾ ലോകത്തിലെ ഏറ്റവും സന്തോഷവതിയായ ഒരു പെൺകുട്ടിയായിരുന്നെന്നതന്നെ ആ ക്ഷണത്തിൽ എനിക്കു തോന്നി. കാരണം സൺഗ്ലാസിന്റെ കറുത്ത മേഘ മറയ്ക്കുള്ളിൽ അവളുടെ കണ്ണുകൾ ഒളിപ്പിച്ചിരുന്നിട്ടു പോലും ആ കവിളുകൾ പ്രകാശം കൊണ്ട് തിളങ്ങി മിന്നി എന്തോ സംസാരിക്കാൻ ശ്രമിച്ചിരുന്നു. കാവേരിയുടെ ചില സമയങ്ങളിലുള്ള പുഞ്ചിരിക്ക് ആത്മവിശ്വാസം എന്നൊരു പുതിയ പേരു കൂടി ഇനി നൽകാം— എനിക്കുള്ളിൽ തോന്നലുണ്ടായി.

"ആബിദ്"

എന്റെ അരക്കെട്ടിൽ ചേർത്തു പിടിച്ചുകൊണ്ട് മുന്നോട്ട് നടന്നു കൊണ്ട് കാവേരി വിളിച്ചു.

'ഒരു നിമിഷം' എന്നു പറഞ്ഞിട്ട് ഞാൻ മൊബൈൽ ഫോൺ ഒരു മുഷ്ടി പോലെ തെല്ലൊന്നുയർത്തി. പിന്നെ കാവേരിയും ഞാനും വിചിത്രമായ ആ വിവാഹ വസ്ത്രങ്ങളിൽ ചേർന്നു നിൽക്കുന്നതിന്റെ ഒരു സെൽഫി കണ്ണാടിപതിപ്പായി എടുത്തു.

ക്രാക്...

ഓർമകളുടെ ഒരു പേളക്കൂടി ഭദ്രമായി മൊബൈൽ ഫോണി ലേക്ക് പറന്നു കയറി.

- കാവേരി, സെൽഫി ഓർമയുടെ ഒരു കണ്ണാടിച്ചിത്രമാണ്. എപ്പോഴും തനിക്കുനേരെ മാത്രം ചൂണ്ടുന്ന ഓർമ്മയുടെ ഒരു നീരാളി പ്പിടുത്തവുമാണത്.

മൂന്ന്

പിന്നീട്, ഫ്ലാറ്റിലിരുന്ന്, ലാപ്ടോപ്പിൽ ആ സെൽഫി ചിത്രം വീണ്ടും കാണവേ ഞാൻ കാവേരിയെ കൂടുതൽ ശ്രദ്ധിച്ചു.

എന്തൊരു പ്രകാശമാണ് അവളുടെ മുഖത്ത് എന്ന് എനിക്ക് ഒരു പുരുഷന് ഒരു സ്ത്രീയോട് പരമാവധി തോന്നുന്ന തരത്തിൽ അസൂയ ഉണർന്നു. 'I am confident !' എന്ന് വലിയ അക്ഷരങ്ങളിൽ എഴുതിയ ഒരു ടീഷർട്ടും ജീൻസുമായിരുന്നു കാവേരിയുടെ കല്യാണ വേഷം. റെയ്ബാന്റെ ഒരു കറുത്ത കണ്ണട മുഖത്തു ധരിച്ചിരുന്നത് അവളുടെ തരുണ സൗന്ദര്യത്തെ കൂടുതൽ ജ്വലിപ്പിച്ചതേ ഉള്ളൂ. ഞാനും അതേ വേഷത്തിലായിരുന്നു. ഞങ്ങളുടെ കഴുത്തിൽ ദാ ഇതു പോലെതന്നെ

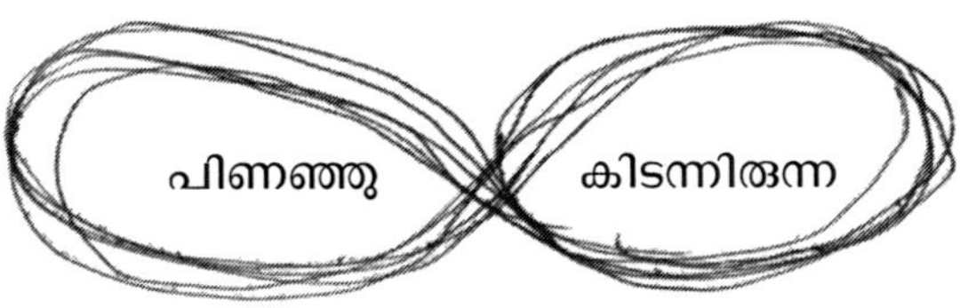

കല്യാണ മാലകൾ, കഴിഞ്ഞ കുറച്ചു വർഷങ്ങളായി ഞാനും കാവേരിയും പരസ്പരം കൈമാറിയിരുന്ന ചില വിനിമയങ്ങൾ തന്നെയാണെന്നു തോന്നി എനിക്ക്.

പല നിറങ്ങളിൽ,

എന്നാൽ വാടിത്തളർന്ന്.

നാല്

ഞങ്ങളുടെ കല്യാണവേഷം ഭാവിയിൽ എങ്ങനെയാവും ചരിത്രത്തിൽ രേഖപ്പെടുത്തുക? കറുത്ത ടീ ഷർട്ടും നീല ജീൻസ് പാന്റുമണിഞ്ഞ് യുവ മിഥുനങ്ങൾ വിവാഹിതരായി എന്ന് പിന്നീടോർക്കുമ്പോൾ പരിഹാസമാണോ, ആത്മനിന്ദയാണോ കൂടുതൽ ഉദ്വേഗത്തോടെ മുന്നോട്ടു കയറി വരിക. ഞാൻ ഭാവിയിലേക്ക് തലയിട്ട് ആലോചിച്ചു നോക്കി.

ഏയ് കുഴപ്പമില്ല.

ഞാൻ സ്വയമാശ്വസിച്ചു.

പിൽക്കാലത്ത് ഒരു പക്ഷേ അതി സാധാരണമാകാൻ പോകുന്ന ഒരു ദാമ്പത്യ ശീലത്തിനാണ് കാവേരിയും താനും കൂടി ഇപ്പോൾ ഉദ്ഘാടനം നിർവഹിച്ചിരിക്കുന്നത്.

വിചിത്രമായ വിവാഹങ്ങളും അതി വിചിത്രമായ വിവാഹ വസ്ത്രങ്ങളും.

2025 ന്റെ സ്വപ്ന കവാടത്തിൽ ഇരുന്നു കൊണ്ട് ഞാനൊന്നു പിന്തിരിഞ്ഞു നോക്കി—

നാൽപതു വയസ്സുകാരിയായ കാവേരിയും നാൽപത്തഞ്ചിന്റെ നവവാർദ്ധക്യം പുറത്ത് കാട്ടുന്ന കൊച്ചു കുടവയർ ചുമടുമായി ഞാനും. ഞങ്ങളുടെ കുട്ടികൾക്ക് ഏഴും മൂന്നും വയസ്സുകൾ പൂർത്തിയാകുന്നതേ യുണ്ടായിരുന്നുള്ളൂ. രജിസ്ട്രാഫീസിൽ നിന്ന് വിവാഹം കഴിച്ചിറങ്ങിയ രശ്മിണിയും ഷെറിൻ തോബിയാസും ധരിച്ച കല്യാണ വസ്ത്രങ്ങൾ ഞങ്ങൾ കാണുകയായിരുന്നു. രശ്മിണിക്ക് ഒരു ബർമൂഡയും കള്ളി ഷർട്ടുമായിരുന്നു വേഷം. ഷെറിനും അതു തന്നെ. എന്നാൽ വെറൊരു നിറത്തിലുള്ളത്. വിചിത്രമായ വിവാഹ വസ്ത്രങ്ങൾ ധരിക്കുകയെ ന്നത് ആ കാലഘട്ടത്തിന്റെ ശീലങ്ങളിലൊന്നായി മാറിയിരുന്നു. നോക്കിയിരിക്കേ അപൂർവ്വവും സവിശേഷതയാർന്നതുമായ വിവാ ഹവസ്ത്രങ്ങൾ ധരിച്ചുകൊണ്ട് ഒരു കൂട്ടം നവ ദമ്പതികൾ എനിക്കു

മുന്നിലൂടെ ഒരു പരേഡിനു വേണ്ടിയെന്നവണ്ണം നടന്നു പോയി.

കടും നിറമുള്ള കൈലിയും വെള്ള ഷർട്ടും ധരിച്ച യുവാക്കൾ. മാക്സി ധരിച്ച നവ വധുക്കൾ, അറബിക്കുപ്പായവും മൽമൽ മുണ്ടും ധരിച്ച വരനും, വെള്ള തോർത്തുമാത്രം ധരിച്ച് ഷർട്ടിടാതെ നിൽക്കുന്ന മറ്റൊരു വിവാഹിതനും. പർദ ധരിച്ച അരികത്തു നിൽക്കുന്ന അവന്റെ പെണ്ണ്.

കല്യാണ വസ്ത്രങ്ങൾ സന്ദേശവും കലാപവുമുണ്ടാക്കുന്ന ഒരു കാലം.

ഒരു തിരശീലയിലെന്നവണ്ണം ഇതെല്ലാം കണ്ടുകൊണ്ടിരിക്കെ അതൊക്കെ വെറും തോന്നലാണെന്നും വ്യത്യസ്തമായി താനെന്തോ ചെയ്തിരിക്കുന്നു എന്ന ഊറ്റം കൊള്ളലിൽ നിന്നുണ്ടായ മതിഭ്രമം മാത്രമാണിതെന്നും എന്നെ ഓർമ്മിപ്പിച്ചുകൊണ്ട് കാവേരിയുടെ മഞ്ഞു പാളിപോലെ തണുത്ത കൈപ്പത്തി എന്റെ ചുമലിൽ വന്നു വീണു—

ആബിദ്..
ആബിദ്..
ആബിദ്..
ആബിദ്..
ആബിദ്..
ആബിദ്..
ആബിദ്..
ആബിദ്..
ആബിദ്..
ആബിദ്..

അഞ്ച്

പ്രസാധകരുടെ മുന്നറിയിപ്പ്:

താമസിയാതെ എഴുത്തുകാരൻ സ്വയം വെളിപ്പെടുത്തി വായനക്കാർക്ക മുന്നിൽ കീഴടങ്ങേണ്ടതുണ്ട്. അല്ലാത്തപക്ഷം ഒരോ വായനക്കാർക്കും നോവൽ വായന നിർത്തി ഈ പുസ്തകത്തിൽ നിന്ന് ഇറങ്ങിപ്പോകാവുന്നതാണ്.

കാരണം വായനക്കാരനെ ബഹുമാനിക്കാത്ത/അവനെ/അവളെ/ അവരെ സുജന മര്യാദയോടു കൂടി സമീപിക്കാത്ത ഒരൊറ്റ എഴുത്തുകാരനെയും പുതിയ കാലത്ത് വെച്ച പൊറുപ്പിക്കേണ്ടതില്ല.

ആറ്

ആബിദ്-കാവേരി പ്രണയം: ഒരു കുള്ളൻ തിരക്കഥ.

ആബിദിന് ഇരുപത്തഞ്ചും കാവേരിക്ക് ഇരുപതും വയസ്സുള്ള യൗവന സുരഭിലകാലത്താണ് അവർ പരിചയപ്പെടുന്നത്. പ്രഭാത- സായാഹ്ന ആകാശങ്ങൾ അക്കാലത്ത് ഇന്നത്തെപ്പോലെ വാശിപിടിച്ച് വേഗത്തിൽ കറുക്കാറില്ലായിരുന്നു.

അപ്പോൾ ആ കുള്ളൻ തിരക്കഥ.

സീൻ-1

പകൽ/ പ്രഭാതം/ തെരുവ്

ചൂളമടിച്ചുകൊണ്ട് തെരുവിലൂടെ നടന്നു വരുന്ന സന്തോഷവാനായ ആബിദ്.

ചെഗുവേരയുടെ പടം നെഞ്ചിലുറങ്ങുന്ന ഒരു ടീ-ഷർട്ടും ആനയെ ആലിംഗനം ചെയ്യുന്ന ജീൻസും, കാൻവാസ് ഷൂസുമെല്ലാമാണ് അവന്റെ വേഷം.

ആബിദ് തെരുവ് മുറിച്ചു കടക്കുന്നു.

cut to

സീൻ-2

പകൽ/പ്രഭാതം/ തെരുവിന്റെ മറ്റൊരു മൂല

റോഡിലൂടെ ഒരു ചിന്തകനെപ്പോലെ നടത്തം തുടരുന്ന ആബിദ്. അവന്റെ ഷൂസിൽ, ഓരോ ചുവടിലും മുറുകുന്ന മറ്റൊരു ഷൂളം. കുറച്ചു ചുവടുകൾ മുന്നോട്ടു വെച്ചിട്ട് ദൂരെ ആരെയോ കണ്ടതു മാതിരി അവൻ തറഞ്ഞു നിൽക്കുന്നു.

ക്യാമറയിൽ അവന്റെ മിഡ് ഷോട്ടും പിന്നീട് കലങ്ങി ക്ലോസപ്പമാകുന്ന മുഖം പതിയുന്നു.

ഇപ്പോൾ ഒരു കിടിലൻ- തകർപ്പൻ ക്ലോസപ്പിൽ (Extreme close up) ആബിദിന്റെ എന്തോ പറയാനായുന്ന ചുണ്ടുകൾ.

സീൻ-3

പകൽ/ ആകാശം

ആകാശത്തിന്റെ ഒരു നഗ്ന-ദേഹ ദൃശ്യം. അവിടെ പെട്ടെന്നു ഒരു തുള്ളിക്കറ പോലെന്തോ വന്നു വീണു. ഒരു പക്ഷിയാണതെന്ന് നമുക്ക് മനസ്സിലാകുന്നു.

Cut to

സീൻ-4

കാവേരിയുടെ അടുത്ത് വന്നുനിൽക്കുന്ന ആബിദ് -ലോങ്ങ് ഷോട്ട്.

അവന്റെ ദ്രുത നടപ്പ് ഇപ്പോൾ ശക്തിയേറിയ ശ്വാസോച്ഛ്വാസമായ് മാറിയിരിക്കുന്നു.

സീൻ-4 A

കാവേരിയുടെ മുഖത്തിന്റെ പപ്പട വട്ട ദൃശ്യം. കാവേരി-

"ഓ ആബിദ് - നീയെത്തിയോ." എന്നു ചോദിച്ചു.

ആ ദൃശ്യം പതുക്കെ സൂം ഔട്ട് ആയി അവർ രണ്ടുപേരും ഒരുമിച്ചിരിക്കുന്ന ഒരു A4 പേജ് കാഴ്ചയായി മാറി.

സീൻ-4 B

കാവേരിയെ ഉറ്റു നോക്കുന്ന ആബിദ്

ആ പാർക്കിൽ അവൾക്കരികിലായി ഒരു രണ്ടാം നിഴൽ

പോലെ അവൻ ഇരുന്നു.

സീൻ-4 C

കാവേരിയുടെ കണ്ണുകളുടെ അതി സമീപ ദൃശ്യം. തുമ്പിച്ചിറകുകൾ പോലെ ആ ഇമകൾ വിറച്ചു.

'ഓ ഗോഡ്.. അപ്പോൾ കാവേരി?!'

ഏഴ്

പ്രസാധകൻ മുന്നറിയിപ്പ് തുടരുന്നു.

പ്രസാധകന്റെ ഓർമ്മപ്പെടുത്തൽ: ഈ അധ്യായം പൂർത്തിയാവുന്നതോടെ എഴുത്തുകാരൻ രംഗപ്രവേശനം ചെയ്യേണ്ടതുണ്ട്.

എഴുത്തുകാരന്റെ അടിക്കുറിപ്പുകൾ.

1.കഴിഞ്ഞ അധ്യായത്തിൽ 'ഷൂളം' എന്ന വാക്ക് ഇടക്ക് ഉപയോഗിച്ചിരിക്കുന്നു. ശരിക്കും 'ചൂളമടിക്കുക' എന്നാണ് വേണ്ടിയിരുന്നത്. എന്നാൽ നോവലിസ്റ്റിന്റെ ആദ്യകാല വായനകളിൽ ഷൂളമടിച്ച വാക്കുകളാണ് നിറയെ വായിച്ചിരുന്നത്. ഈ സ്മരണ നിലനിർത്താനാണ് ചൂളം ഷൂളമായത്.

അതിനാൽ, ചൂളം = ഷൂളം

എന്നും വായിക്കുക.

2. 'ഓ ഗോഡ് അപ്പോൾ കാവേരി'

എന്ന് കറുപ്പു നിറഞ്ഞ വെളുപ്പക്ഷരങ്ങളിൽ ബോൾഡൊച്ചയിൽ കഴിഞ്ഞ അധ്യായത്തിൽ പറയുന്നത് പ്രേക്ഷകനാണ്/വായനക്കാരാണ്.

സത്യത്തിൽ ഈ കഥയിൽ കാവേരി - ആബിദിന്റെ കൂട്ടുകാരി- അന്ധയാണ്. അത് തിരിച്ചറിയുന്ന നിമിഷം പ്രേക്ഷകൻ ഇത് മനസ്സിൽ പറയണം - എന്നാണ് (മനഃ)ശാസ്ത്രം!

എട്ട്

പ്രസാധകരുടെ മുന്നറിയിപ്പും വായനക്കാരുടെ കൈയിലിരിപ്പും പരിഗണിച്ച് എഴുത്തുകാരൻ കീഴടങ്ങി, ലോക സമക്ഷം അറിയിക്കുന്നത്:

“

..എന്തെന്നാൽ
ഇതെഴുതുന്ന
എഴുത്തുകാരൻ
കണ്ണൂർ ജില്ലയിലെ, തളിപ്പറമ്പ് താലൂക്കിലെ
തളിപ്പറമ്പ് അംശം തളിപ്പറമ്പ് ദേശം
നിവാസി
നിഷാദ് എന്ന ആളാകുന്നു.
വി.എച്ച് എന്ന് പേരിനു മുന്നിൽ രണ്ട് മൂന്ന്
അക്ഷരക്കൊമ്പ് പിടിപ്പിച്ച
വിദ്വാനാകുന്നു.
മൂളിപ്പാട്ടുപാടൽ, കപ്പയും
കഞ്ഞിയും കുടിക്കൽ, ഫ്രീലാൻസ്
ജേണലിസം, കുത്തിവര, പത്രമെഴുത്ത്,
കത്തെഴുത്ത്, മഞ്ഞക്കാർഡ് സ്വന്തം
കൈപ്പടയിൽ അച്ചടിച്ച് തപാൽപെട്ടി
യിൽ ഒളിപ്പിക്കൽ എന്നീകലകളിൽ
താൽപര്യമുള്ളവനുമാകുന്നു ടി-യാൻ.
ഇതിനകം തന്നെ മൂന്ന് നോവലുകൾ -
ഏഴ് കഥാബുക്കുകൾ-തൊപ്പരം
പത്ര-വിചിത്ര-മാഗസീൻ- ലേഖനങ്ങൾ
എന്നിവയും ചമച്ചുകൂട്ടിയിട്ടുള്ളവനാകുന്നു.
ഇത് എഴുതുമ്പോൾതന്നെ 'റംസാൻ',
'സരളാ ബാർബർ', 'മരങ്ങളുടെ
ലൈബ്രറി' എന്നിങ്ങനെ മറ്റു ചില

നോവൽ

നോ- വൽ

NOവൽ

നോവ-ൽ (also see; നോവുക)

പക്രിയകളിൽ കൂടി ഇടപെട്ടുകൊണ്ടിരി

ക്കുന്ന ആളാകുന്നു.

വിവാഹിതനാകുന്നു.

ഇഷാൻ എന്ന പേരുള്ള ഒരു കുഞ്ഞിന്റെ പിതാവാകുന്നു.

ലിഷർ ടൈമിൽ

ലൈംജ്ജൂസ് കണ്ണുമടച്ച്

കുടിച്ചു പാളീസാകുന്നവനാകുന്നു. ”

നോവലിസ്റ്റിന്റെ
ഒരു പഴയകാല ഫോട്ടോ

(1995 ൽ എടുത്തത്)

ഒപ്പ്

* തൊപ്പരം = ധാരാളം

ഒൻപത്

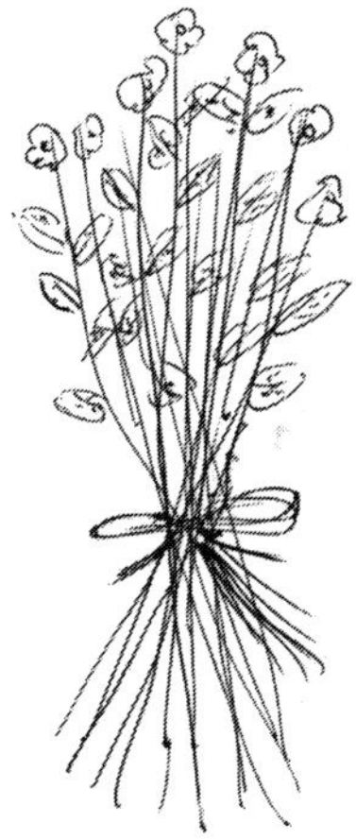

എഴുത്തുകാരനെ പ്രസാധകൻ 'ബലേ....ഭേഷ്....!' എന്നു പറഞ്ഞ് ചുമലിൽതട്ടി അഭിനന്ദിക്കുന്ന അധ്യായമാണിത്.

"Well done my boy!"

നിങ്ങൾ നിങ്ങളായിക്കഴിഞ്ഞു. സംഗതി ഭം(ങ്കി) → (ഗി)

യായി നിങ്ങൾ അവതരിപ്പിച്ചു.

ഇതും പറഞ്ഞ് മുകളിൽ കാണും മാതിരിയുള്ളൊരു ഒറ്റ-നിറ-പൂവ് - ബൊക്കയും കൊടുത്തിട്ട് റിവേഴ്സ് ഗിയറിട്ട് പ്രസാധകൻ മറയുകയാണ്.

"ഇനി നിങ്ങൾക്ക് തുടരാം."

എന്നൊരു കൈപ്പത്തി - സൂചനയോടെ

t
h
a
n
k
s

എന്ന് എഴുത്തുകാരനും തന്റെ വികാരം വ്യക്തമാക്കി കഴിഞ്ഞു.

ഇപ്പോൾ ബുധനാഴ്ച വൈകിട്ട് 4.30.

എഴുതിയ കടലാസ് പട്ടുതകൾ ഒരു കൂനയായി മേശയുടെ ഒരു മൂലയിൽ തള്ളിയിട്ട് എഴുത്തുകാരൻ:

↳ ഇ-മെയിൽ നോക്കുന്നു.

↳ വാട്സ് ആപ്പിൽ ഭാവനാ-ചുണ്ണാമ്പ് തേക്കുന്നു.

പുറത്ത് നാല് മുപ്പത്തിയഞ്ചിന്റെ സൂര്യൻ കട്ടൻ ചായ കുടിച്ചതു പോലെ ചിരിച്ചു നിൽക്കുന്നതു കാണാം.

പത്ത്

ഷവർ, ബൈസിക്കിൾ ഡയറീസ്, കഥ - എന്നിങ്ങനെ.

കുളിക്കാനായി ഒരുങ്ങിചെന്നപ്പോഴാണ് ഷവർ ഇക്കുറി പണിമുടക്കിയത്. 'ഹയ്യടാ ഇത്രയും സൂത്രം വേണ്ട. മഴപെയ്ത്ത് കിട്ടാൻ പോലും യാഗങ്ങളും മേഘമൽഹാർ ആലാപനങ്ങളും നടത്തുന്ന കൂട്ടരാണ്. ഷവർ-മഴ അത്ര എളുപ്പം പെയ്യുമെന്ന് കരുതിയോ?

ഷവർ പറഞ്ഞു-

" അങ്ങനെ എളുപ്പം കുളിപ്പിച്ച് ഉറക്കാൻ ഉദ്ദേശ്യമില്ല. ആദ്യം നീ ഒരു കഥ പറയൂ. അത് ഞാൻ കേട്ടിട്ട് കൊള്ളാമെങ്കിൽ മതി, കുളി"

അങ്ങനെയാണ് 'ഷവർ' എന്ന കൊച്ചു കഥ ഞാൻ പെൻസിൽ ചെത്തിമിനുക്കി പെട്ടെന്ന് എഴുതിയത്.

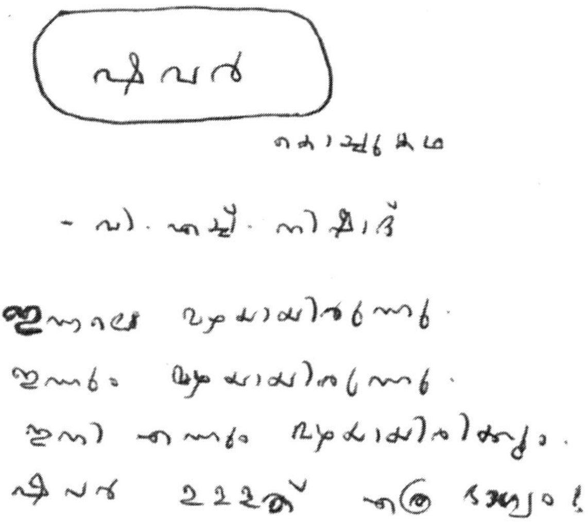

ദ്രുത താളത്തിൽ എഴുതിയ നിമിഷ കഥ അഥവാ 'ഷവർ' എന്ന ബാത്ത് സ്റ്റോറി ഷവറിനിഷ്ടായി. ഒരുപക്ഷേ പൊക്കി എഴുതിയത് കൊണ്ടാവും!

അരമണിക്കൂർ നേരം എന്റെ ഇരു നിറ ശരീരത്തിൽ തുലാവർഷം പെയ്ത്ത് തീർക്കാൻ ഉത്തരവുണ്ടായത് അങ്ങനെയാണ്.

'വരുമെന്ന്

നീ പറഞ്ഞു,

മഴയിൽ ഞാൻ

കാത്തിരുന്നു.'

എന്ന് കൂട്ടുകാരൻ കവിയുടെ കണ്ണുനീർ വിളി കൂടി ഓർമ്മയിൽ പെയ്തു.

കുളിച്ച് തുവർത്തി ഇറങ്ങിയപ്പോൾ ഹർത്താൽ ആണല്ലോ ദൈവമേ എന്ന് ശരിക്കും ഒന്നു കൂടി എനിക്ക് ഓർമ്മ തട്ടി.

പുറത്ത് പഴയ സൈക്കിൾ ദാ, ഇങ്ങനെ ചാരി വെച്ചിരിക്കുന്നു-

ആ സൈക്കിളിലാണ് ഇനിയുള്ള എന്റെ സവാരികൾ, വായ് നോട്ടം, ദേശാന്തര യാത്രകൾ...

ഉം, നോക്കിയിരുന്നോ... ബൈസിക്കിൾ ഡയറീസുമായി ഒരു നാൾ ഞാൻ വരും.

സത്യം, ദേ... നോക്ക്, ഇപ്പോൾ ഷവർ ചിലച്ചത് കേട്ടോ?

പതിനൊന്ന്

ചില വായനക്കാർക്ക് ഷവർക്കഥ ഇഷ്ടമായിട്ടില്ല. ഇനി പെട്ടെന്ന് ഒരു ഷവർമ്മക്കഥ എഴുതാനും വയ്യല്ലോ.

അതിനാൽ നമുക്ക് കാവേരിയിലേക്കും ആബിദിലേയ്ക്കും തിരിച്ച് നടക്കാം.

"ഓ ഗോഡ്! അപ്പോൾ കാവേരി?"

എന്ന വരി വീണ്ടും ഇവിടെ Cut & Paste ചെയ്യുന്നു.

'ഓ ഗോഡ്.. അപ്പോൾ കാവേരി?!'

കാരണം, കാവേരിക്ക് കണ്ണു കാണില്ല.

പാവം!

പന്ത്രണ്ട്

കാവേരി
ഇങ്ങനെയാണ്
പടവുകൾ
ഇറങ്ങുന്നത്.

അവൾക്കിപ്പോൾ ഇരുപത് വയസ്സായി.
ജന്മനാ അന്ധയായിരുന്നില്ല അവൾ.

പണ്ടൊക്കെ

പടവുകൾ

ഇറങ്ങാൻ

അവൾക്ക് സഹായം വേണമായിരുന്നു. എന്നാൽ ഇപ്പോൾ തീർത്തും വേണ്ട. ബ്രെയിൻലിപിയിലെ അക്ഷരങ്ങൾ മുഖക്കുരു തടവി എടുക്കും പോൽ അവൾക്കിപ്പോൾ പടവുകൾ മനഃപാഠം.

ഇറങ്ങുന്നതുപോലെ

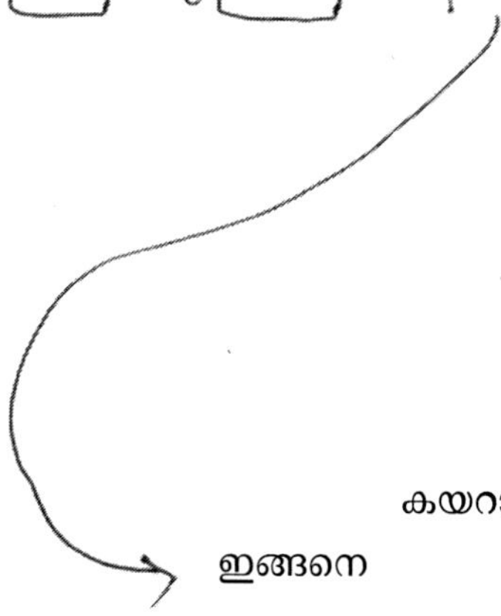

അറിയാം

അവൾക്ക്

കയറാനും

ഇങ്ങനെ

"എന്റെ അന്ധത സവിശേഷമായ ഒരു രോഗമാണ്. ചില പെൺകുട്ടികൾ വയസ്സറിയിക്കും പോലെയാണത്. ഞാൻ അന്ധതയെ അറിയിച്ചു. ഇപ്പോൾ ഞാനതിനെ ആഘോഷിക്കുകയാണ്."

- കാവേരി പറഞ്ഞതാണിത്

പതിമൂന്ന്

ഇപ്പോൾ കാവേരിക്ക് പഴയ പുസ്തകങ്ങൾ വായിക്കാൻ ആവുകയില്ല. പതിനെട്ടു വയസ്സുവരെ അവൾ അതെല്ലാം ഒരു ആർത്തി പണ്ടാരത്തെപ്പോലെ വായിച്ചിരുന്നു. എങ്കിലും ലൈബ്രറിയിൽ പോയിരിക്കുന്നത്, ഇടുങ്ങിയ റാക്ക് ഇടവഴികളിലൂടെ നടക്കുന്നത്, പുസ്തകങ്ങളുടെ പഴയപൊടിമണം ഉള്ളിലേക്ക് വലിച്ചു കയറ്റുന്നത് ഒക്കെ കാവേരി ഇഷ്ടപ്പെട്ടു. നിശ്ചിതമായ ചില ചുവടുകൾ വെച്ച്, റാക്കുകളിലൂടെ തന്റെ വിരലുകൾ മുയൽകുഞ്ഞുങ്ങളെപോലെ തത്തിയോടിച്ച് ഏതെങ്കിലുമൊരു പുസ്തകത്തിന്റെ പിടലിക്ക് പിടിച്ച് പുറത്തെടുത്ത് മണത്ത് അവൾ പറയുമായിരുന്നു-

'ഓഹ്.. എം.ടിയുടെ രണ്ടാമൂഴം!'

'ഹോ... ഖസാക്കിന്റെ ഇതിഹാസം..'

'ആഹാ, ബഷീറിന്റെ മതിലുകൾ!!'

'Yes ഇത് എൻ.എസ്. മാധവന്റെ ഹിഗ്വിറ്റ!'

'മ്.. ഇത് സന്തോഷ് ഏച്ചിക്കാനത്തിന്റെ ഒറ്റവാതിൽ'

~~'ഓ ഇത് വി.എച്ച് നിഷാദിന്റെ വാൻഗോഗിന്റെ ചെവി'~~

ഇതിവിടെ വേണ്ട. സെൽഫ് പ്രൊമോഷൻ ആണെന്ന് വായനക്കാർക്ക് തോന്നും

പതിനാല്

കാഴ്ച ഇല്ലാതായതോടെ കാവേരിയോട് അക്ഷരങ്ങളും പിണങ്ങി. ബ്രയ്ൻലിപിയുടെ കയറ്റിറക്കങ്ങൾ ഞെരടി എടുക്കുമ്പോൾ പഴയ മലയാള അക്ഷരങ്ങളും, വാക്കുകളും, കാവേരിയുടെ മനസ്സിൽ ട്രപീസു കളി നടത്തി.

ചില വാക്കുകൾ കാവേരി ചിന്തിക്കുമ്പോൾ

വളരെ വളരെ വളരെ ചെറുതാണ്.

മറ്റു ചിലവ ചിന്തിച്ചു തുടങ്ങുമ്പോൾ

തന്നെ വലുതായി

വലുതായി വലുതായി

വലുതായി വലുതായി

വലുതായി **വലുതായി**

വരും. അതുകൊണ്ട് ചിന്തകൾ അടക്കികിടത്താനാണ്, ഭാവനയെ നൂലിട്ടു പിടിച്ചു കെട്ടാനാണ് കാവേരി എല്ലായ്പ്പോഴും കഷ്ടപ്പെട്ടത്.

മുമ്പ് സൂചിപ്പിച്ച പോലെ-

വലുത് **വലുത്** വലുത്

എന്ന മട്ടിൽ മദം പൊട്ടി, ഭൂമി കുലുക്കുന്ന ചില വാക്കുകളും

കളെപ്പോലെ എന്തൊക്കെയോ

പിന്നെയും പിന്നെയും കൊത്തിത്തിന്നുന്ന വാക്കുകളും കാവേരിയുടെ ഓർമ്മയിൽ മുറ്റത്തെ ജലം പോലെ നിറഞ്ഞു.

കാവേരി ഒരു നദിപോലെ, അനുഭൂതി പോലെ ഓർമ്മകളിലേക്ക് ചാരി ഇരുന്ന് ഒഴുകി.

പതിനഞ്ച്

കാവേരിയും ആബിദും അമലും ദീപയും ആയിഷയും സുനിലും പിന്നെ വർഷയും ജോജുവും ശ്രീരാജും ഷിജു കണ്ണനും മിസ്റിയയും (അല്ല, മിസ്രിയ) റൺദീപും (രണദിവേ?) സായൂജും വിനീഷും ഖാലിദും കാസിമും ഷഫീക്കും അൻസാറും ഷണ്ണുയും എല്ലാമുണ്ട്. ഇതെല്ലാം ചേർന്ന ഒരു കൂട്ടായ്മയാണ് താൻ - കാവേരി സ്വയം വിലയിരുത്തുന്നത് ഇങ്ങനെയാണ്.

കാവേരി കൂട്ടുകാരോട് പറഞ്ഞ കഥകളിൽ പലജാതി, പലമാതിരി ഇമേജുകൾ അത്തപ്പൂക്കളത്തിലെ ചില ഡെക്കറേഷൻ പൂക്കൾ പോലെ നിറഞ്ഞിരുന്നു. അവൾ തന്നെയായിരുന്നു പല കഥകളിലേയും നായിക.

കാവേരിയുടെ കാഴ്ചാകാലത്തിന്റെ ഒരു മൊസൈക്ക് ഓർമ്മ:

 കെട്ടാനായി തന്റെ മുറിക്കു പുറത്തു വന്ന

അവൾ/കാവേരി  ആറാതിരിക്കുന്നത് കണ്ട്

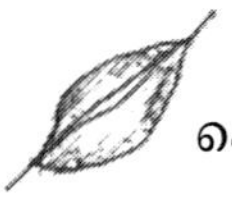 കൊണ്ട് രണ്ട് സിപ്പുകൾ കൂടി എടുക്കുന്നു. ഇതിനിടയിൽ

പിന്നിലേക്ക് കൈ എത്തിച്ച് ചുരിദാറിന്റെ  വലിച്ചിടുന്നു.

തപ്പി തപ്പിത്തപ്പിത്തപ്പി മട്ടത്ത് ഒടുവിൽ നിലത്ത് മലന്ന് കിടക്കുന്ന

അവസ്ഥയിൽ 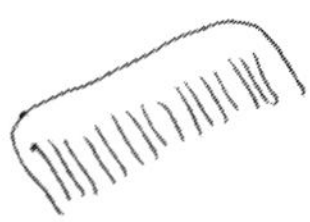 കണ്ടെത്തുന്നു.

മുടി വീണക്കമ്പികൾ പോലെ മീട്ടി കെട്ടി ഒതുക്കുന്നു.

 മേശയുടെ കബോർഡ് തുറന്ന് പുറത്തെടുക്കുന്നു.

ഒരു താൾ കടലാസ് വലിച്ചെടുത്ത് ഒരു കവിത എഴുതിക്കളയാം

എന്നു വിചാരിച്ച്  കൂടി കൈയിലെടുക്കുന്നു.

അങ്ങനെ poem എന്ന് ഇംഗ്ലീഷിലും कविता എന്ന്

ഹിന്ദിയിലും പറയുന്ന സൂത്രം എഴുതാനാരംഭിക്കുന്നു.

നൂലിൽ തൂക്കിയിട്ടതു പോലുള്ള ഹിന്ദി അക്ഷരങ്ങൾ ഓർത്ത്

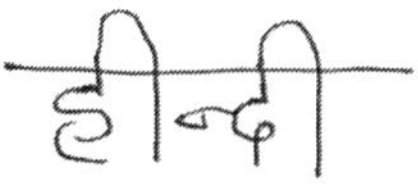 അഥവാ - ഹിന്ദി ഏക് തോരൺ ഭാഷാ ഹെ-

എന്നുകൂടി തമാശ പറയുന്നു. അങ്ങനെ കവിത എഴുതുന്ന

പെൺകുട്ടിയുടെ മനസ്സിലേക്ക് 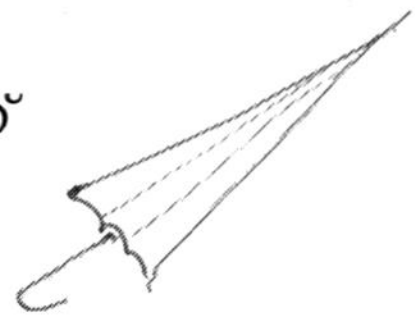 മടക്കി പിടിച്ച

നിലയിലും  മീൻ കറിയിൽ നിന്ന് നക്കി തുവർത്തിയ

നിലയിലും ഇമേജുകളായി കയറി വരുന്നു.

 എന്ന മട്ടിൽ കുറച്ച് അമീബ പൂക്കൾ കൂടി വിതറി കവിത എഴുത്തിന് കാവേരി THE END എന്നു പറയുന്നു.

ഇടറിയ വേള

അഥവാ

ഇ ട വേ ള

വായനക്കാർക്ക് മൂത്രമൊഴിച്ച് തിരിച്ചുവരാനും
ചായ കുടിച്ച് കുടൽ ചൂടാക്കാനുമായി
പ്രത്യേകം അനുവദിച്ച അഞ്ചു മിനിറ്റ്

പതിനാറ്

ഈ നോവലിന് ഇതെന്തുപറ്റി?

- ചിലയിടത്ത് ചിത്രം
- ചിലയിടത്ത് തിരക്കഥ
- ചിലയിടത്ത് വക്ക പൊട്ടിയ വാക്കുകൾ

മിണ്ടാതെ സഹിക്കുന്നതെന്തിന്?
വില കൊടുക്കേണ്ടിവരും
വലിയ വില കൊടുക്കേണ്ടിവരും*

*(പൊതു ജനക്ഷേമ താൽപര്യാർത്ഥം പ്രസിദ്ധീകരിക്കുന്നത്)

പതിനേഴ്

രൺദീപോ സായൂജോ വിനീഷോ ഖാലിദോ കാസിമോ ഷഫീക്കോ അമലോ വൈശാഖോ സുനിലോ ജോജ്ജുവോ ഷിജ്ജുവോ ശ്രീരാജോ അൻസാറോ കാവേരിയെ വിവാഹം ചെയ്യും എന്നൊരു ആത്മവിശ്വാസം എനിക്ക് എന്നോ കൈവന്നിരുന്നു.

ഇവരെല്ലാം തന്നെ കാവേരിയുടെ ഉറ്റ സുഹൃത്തുക്കളാണ് എന്നതായിരുന്നു ഒരു പ്രധാന കാരണം. മാത്രവുമല്ല സ്വന്തം മനസ്സാക്ഷി തങ്ങൾക്കു നേരെ പിടിച്ച കണ്ണാടിയാണെങ്കിൽ ഇവരുടെയെല്ലാം ആ കണ്ണാടിയിൽ ഏറെ ഓജസ്സോടെ കാവേരി തിളങ്ങി നിൽക്കുന്നുമുണ്ട്.

എന്നാൽ കാവേരിയെപോലുള്ള ഒരു പെൺകുട്ടിയെ താൻ

ഒരിക്കലും വിവാഹം കഴിക്കില്ലെന്ന് അമൽ തുറന്നു പറഞ്ഞ ദിവസം ഞാൻ കവിൾ നനയും മട്ടിൽ കരഞ്ഞു പോയി.

അപ്പോഴേയ്ക്കും കാവേരി ഒരു കണ്ണുപൊട്ടിയായി മാറികഴിഞ്ഞിരുന്നു.

അവളെക്കുറിച്ചുള്ള സങ്കടം ഒരു തകരച്ചെടിപോലെ എന്റെ ഉള്ളിൽ കിടന്ന് പെട്ടെന്ന് മുളച്ചു പൊന്തിയപ്പോൾ ഞാൻ പഴയ സ്കൂട്ടറുമായി കാവേരി പെയിംഗ് ഗസ്റ്റായി താമസിക്കുന്ന അന്നമ്മ ടീച്ചറുടെ വീട്ടിനരികിലെത്തി.

'ടീച്ചറെ, കാവേരി ഉണ്ടോ മുകളിൽ'

ഞാൻ കരച്ചിൽ വലിച്ചു നീട്ടിയതു പോലെ ഏങ്ങലടിച്ചു കൊണ്ട് ചോദിച്ചു.

സ്കൂട്ടർ എന്റെ കാലുകൾക്കിടയിൽ മെരുങ്ങാത്തൊരു കുതിരയെപ്പോലെ അപ്പോഴും മുരണ്ടുകൊണ്ടിരുന്നു.

'എന്നതാ ആബിക്കുട്ടാ' എന്ന് ടീച്ചറുടെ ഭാഷയിൽ ചോദിച്ചു കൊണ്ട് അന്നമ്മടീച്ചറോടൊപ്പം കാവേരിയും വീടിനു പുറത്തിറങ്ങി വന്നു. കാവേരിയുടെ കാഴ്ചയില്ലാ കണ്ണുകളുടെ പൂരികങ്ങൾ വീതിയിൽ തൊട്ടാവാടി ഇലകൾ പോലെ മുണ്ടു താഴ്ത്തിക്കെട്ടുന്നത് ഞാൻ കാണുന്നുണ്ടായിരുന്നു.

'കയറ്'

ഒരു ആജ്ഞ പോലെ ശബ്ദത്തിന് ബലം കൊടുത്ത് ഞാൻ അവളുടെ കൈപിടിച്ച് സ്കൂട്ടറിന് പിറകിൽ ഇരുത്തി.

ഒരു മാന്ത്രികന്റെ തൊപ്പിയിൽനിന്ന് ചിതറി വീണ് ഇരട്ടിക്കുന്നതുപോലെ പെട്ടെന്ന് മുകളിൽ മഴ കനത്തു. മുല്ലപ്പൂമൊട്ടുകൾ പോലെ തലയിൽ തരികിട തരികിട എന്ന വീഴുന്ന മഴത്തുള്ളികൾ കാവേരി, നീ യീ നിമിഷം കണ്ടിരുന്നെങ്കിൽ എന്ന് ഞാൻ ഉള്ളാൽ ആഗ്രഹിച്ചു. ഒരു ഇടവഴിയുടെ അറ്റത്ത് സ്കൂട്ടർ നിർത്തി മഴ ആകാശത്ത് വിസ്മയങ്ങൾ സൃഷ്ടിക്കുന്നത് ഞാൻ നോക്കി നിന്നു. കാവേരിയുടെ കൈതണ്ട നീളത്തിൽ പിടിച്ച് ഞാൻ അവളെ പൂർണ്ണമായും മഴയ്ക്ക് വിട്ടുകൊടുത്തു. ആ വെളുത്ത കൈതണ്ടയിൽ ജലംകൊണ്ട് പച്ചകുത്തുന്ന മഴ ദൂരെ മറ്റേതോ ഭാവത്തിലാണെന്ന് ആഞ്ഞു പെയ്യുന്നത് എന്ന് തോന്നി. മഴ മഴ മഴ മഴ മഴ മഴ

വെള്ളത്തുള്ളികളുടെ അക്ഷരങ്ങൾ കുറഞ്ഞ് കുറഞ്ഞ് പിന്നീട് മഴയ്ക്ക് സംഭാഷണശേഷി ഇല്ലാതാകുന്നതുവരെ ഞങ്ങളാ മഴ കണ്ടു നിന്നു.

പതിനെട്ട്

ചോദ്യം: ഒരു തീപ്പെട്ടിയിൽ ഒളിപ്പിച്ച് വെയ്ക്കാവുന്ന 50 വസ്തുക്കളുടെ പേര് പറയാമോ?

ഈ കടങ്കഥയ്ക്ക് ഉത്തരം പറഞ്ഞത് കാവേരിയാണ്. ഒരു പക്ഷേ കാവേരിക്ക്മാത്രമേ അതിന്റെ ഉത്തരം അറിയാമായിരുന്നു എന്നും ആവാം.

ഒരു തീപ്പെട്ടിയിൽ ഒളിപ്പിച്ചു വെയ്ക്കാവുന്ന എന്ന 50 വസ്തുക്കൾ എന്ന കടങ്കഥ:

ബട്ടൻസ്, സേയ്ഫ്റ്റി പിന്ന്, മൊട്ടു സൂചി, പുളിങ്കുരു, ബാന്റേജ്, വളപ്പൊട്ട്, ഗുളികക്രുപത്തിലുള്ള ചോക്ക കഷ്ണം, നഖം, കുഴിയാനയുടെ ശവം, ഒരു ചെറിയ കഷ്ണം ഓറഞ്ച് തൊലി, മുടിച്ചുരുൾ, പിന്നെ 39 കടുകുമണികൾ!,

പത്തൊമ്പത്

കാവേരിയെ ആലിംഗനം ചെയ്യുമ്പോഴെല്ലാം ഈ ഫോട്ടോഗ്രാഫ് ഞാൻ ഓർക്കും.

അന്ധത കൊണ്ട് പ്രശസ്തയായ ഹെലൻ കെല്ലർ-അതെ, അന്ധത കൊണ്ടും അന്ധതയെ ആഘോഷിച്ചു കൊണ്ടുള്ള അതിജീവനം കൊണ്ടും പ്രശസ്ത-വിഖ്യാത കവി രവീന്ദ്രനാഥ ടാഗോറിനെ ന്യൂയോർക്കിൽ വെച്ച് കണ്ട നിമിഷം! ടാഗോറിന്റെ ഐസ്ക്രീം തണുപ്പുള്ള പഞ്ഞിക്കെട്ടു താടിയിൽ ഉഴിഞ്ഞു കൊണ്ട് അവരെന്താവും സംസാരിച്ചിട്ടുണ്ടാവുക? കവിയുടെ പ്രകാശം പരത്തുന്ന മുഖത്തേക്ക് തിമിരം ബാധിച്ച തന്റെ കണ്ണുകളുയർത്തി നിന്നപ്പോൾ ഹെലൻ ഏത് മഴവിൽ കവിതയാവും വായിച്ചെടുത്തിട്ടുണ്ടാവുക? ടാഗോൾ സ്നേഹാദികൃത്തോടെ, അതിനേക്കാൾ ആദരവോടെ അവരെയും ചേർത്തു പിടിച്ച് ആ നിറകൺചിരിയിലേക്കും നോക്കി നിന്നു. താൻ ഒരു മുഴു ജീവിതം തന്നെയാണ് വായിക്കുന്നതെന്ന് ടാഗോറിന് അപ്പോൾ തോന്നിക്കാണുമോ? ഈ ഫോട്ടോഗ്രാഫിലേക്ക് വീണ്ടും വീണ്ടും നോക്കിയിരിക്കുമ്പോൾ അതിന്റെ ബ്ലാക്ക് ആന്റ് വൈറ്റ് സൗന്ദര്യം ഒരു കവിൾ കോഫി പോലെ നുണയുമ്പോൾ ഇത്തരം ചിന്തകൾ എന്നെ മദിച്ചിരുന്നു.

കാവേരിയെ പുണരുമ്പോഴെല്ലാം ആ പഴയ ചിന്തകളെക്കുറിച്ച് ഞാനും ഒരു തുടർച്ചപോലെ ചിന്തിച്ചു.

കാവേരിയെ മൂന്ന് കട്ടകളായി മാറ്റണം. പരസ്പരം ബന്ധമില്ലാത്ത മൂന്നു ചിന്താബോക്സുകൾ!

അല്ലെങ്കിൽ വേണ്ട -

എന്ന് ചെറു പന്തുകളാക്കി മാറ്റാം.

മജീഷ്യൻ ശ്രീ യദുനാഥ് പാലിയത്ത് പറയുന്നു:

"വാക്കുകളെ, പേരുകളെ കട്ടകളാക്കി മാറ്റുന്നതിന് വിഷമമില്ല.

എങ്കിലും ഗോളങ്ങളോ വൃത്തങ്ങളോ ആക്കി തീർക്കുന്നതാണ് ഏറ്റവും ഉചിതം.

കാരണം ഉരുണ്ടത് എപ്പോഴും - അത് എന്റെ ചിന്തകളാണെങ്കിൽ കൂടി - വേഗത്തിൽ സഞ്ചരിക്കുന്നു.

ചിന്തകൾ തമ്മിൽ തീർച്ചയായും അദൃശ്യമായ ഒരു ബന്ധം ഉണ്ട്. അമ്മയും നവജാത ശിശുവും തമ്മിലുള്ള പൊക്കിൾകൊടി ബന്ധം പോലാണത്. മറ്റൊരു/മൂർച്ചയുടെ ചിന്തകൊണ്ട് കത്രിക്കും വരെ അവ പരസ്പരം കൊടുക്കൽ വാങ്ങലുകൾ നടത്തിക്കൊണ്ട് തുടരുന്നു.

അപ്പോൾ–

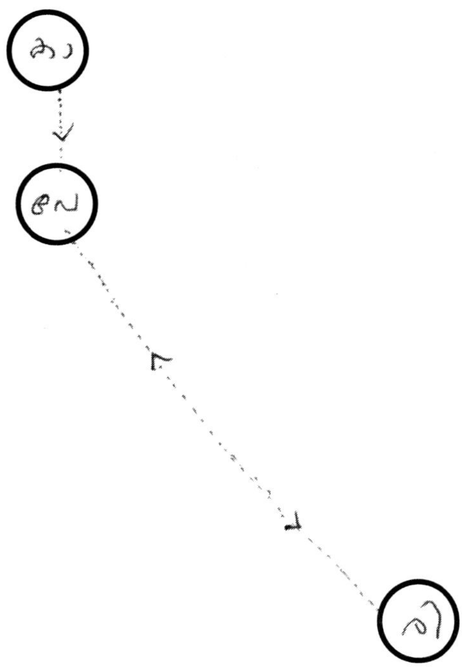

(കാവേരിയെ പല ചിന്താഗോളങ്ങളാക്കി മാറ്റുമ്പോൾ, അദൃശ്യമായി തുടരുന്ന ചിന്താചരട്)

ഏകാന്തത ഒരു അപര
ജീവിതമാണ്.
ഏകാന്ത പ്രണയം ഒരുതരം
ധ്യാനവും.
A
നിശബ്ദത
ഒരു
ആശയമാണ്
K

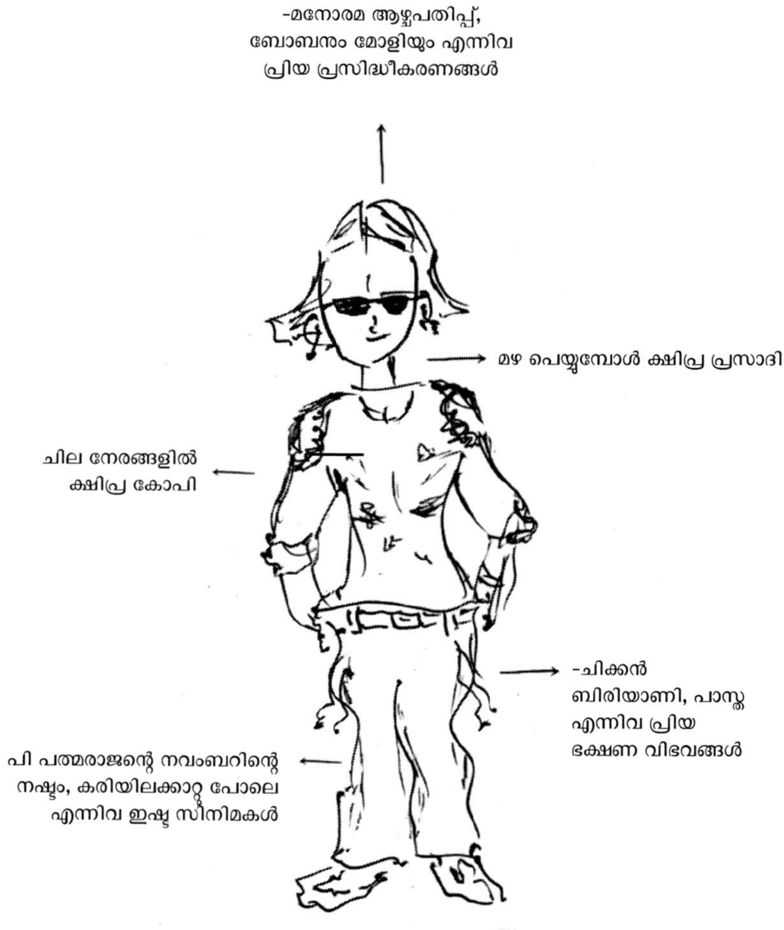
-മനോരമ ആഴ്ചപതിപ്പ്,
ബോബനും മോളിയും എന്നിവ
പ്രിയ പ്രസിദ്ധീകരണങ്ങൾ
മഴ പെയ്യുമ്പോൾ ക്ഷിപ്ര പ്രസാദി
ചില നേരങ്ങളിൽ
ക്ഷിപ്ര കോപി
-ചിക്കൻ
ബിരിയാണി, പാസ്ത
എന്നിവ പ്രിയ
ഭക്ഷണ വിഭവങ്ങൾ
പി പത്മരാജന്റെ നവംബറിന്റെ
നഷ്ടം, കരിയിലക്കാറ്റു പോലെ
എന്നിവ ഇഷ്ട സിനിമകൾ

കാവേരി

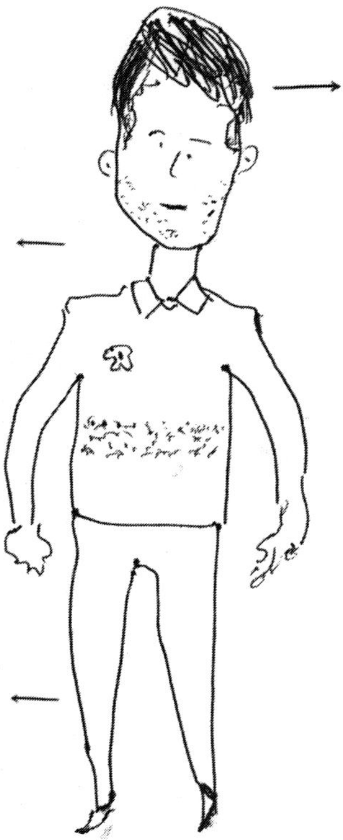
-ഓർമ്മയുടെ ചരട്
ഗൃഹാതുരനായി
ഇടയ്ക്കിടെ തടവി
നോക്കും
ചില നേരങ്ങളിൽ കവി,
പോസ്റ്റ്-പോസ്റ്റ്-മോഡേൺ
ഹൈക്കുകൾ എഴുതും.
ഇതാ ഒരു സാമ്പിൾ:
ഞാൻ-
ഒരു@gmail.com
-മനോരമ ആഴ്ചപ്പതിപ്പ്
(പാവപ്പെട്ടവന്റെ ഫ്രണ്ട് ലൈൻ!)
പ്രിയ മാഗസിൻ

ഞാൻ / ആബിദ്

ആബിദ്

ആരാണ് ആബിദ് എന്ന ചോദ്യത്തിന് ഇനിയും പാറ പോലെ വ്യക്തമായ ചില ഉത്തരങ്ങൾ കിട്ടേണ്ടതുണ്ട്.

ഓർമ്മയുടെ വലിയ സംഭരണി റാക്കുകൾക്കിടയിൽ പരതിയാൽ ഇങ്ങനെ കാണാം-

തലശേരി സെന്റ് ജോസഫ് ഹയർ സെക്കന്ററി സ്കൂളിൽ ആറാം ക്ലാസിൽ പഠിച്ച പ്രാവു വളർത്തുകാരൻ കുട്ടി, തലശേരി കടൽപാലത്തിൽ ധർമ്മടത്തെ വളപ്പശിമ മണ്ണിൽ വളർന്ന നാടൻ മണ്ണിര കളെ കോർത്ത് മീൻ-ചൂണ്ടയിടുന്ന പന്ത്രണ്ടു വയസ്സുകാരൻ, പത്താം ക്ലാസ് പരീക്ഷയുടെ അന്ന് പൂച്ചച്ചാട്ടം എന്ന ദുശ്ശകുനപ്പേടി കാരണം കെമിസ്ട്രി പരീക്ഷ എഴുതാതെ മടങ്ങി വന്ന് ആദ്യ വട്ടം തോറ്റവൻ, പതിനെട്ടിൽ ഗ്രാഫിക് ഡിസൈനിംഗ് പഠിച്ച് പുസ്തക കവറുകൾ ചെയ്തു തുടങ്ങിയവൻ, ഇരുപതു മുതൽ മുപ്പതു വരെയുള്ള വയസ്സ കളിലൊതുങ്ങും കാലയളവിൽ പല പല പത്ര സ്ഥാപനങ്ങളിൽ പേജ്ജ ഡിസൈനറായി സർക്കസ് ജോലി വിരൾ വഴക്കത്തോടെ ചെയ്തവൻ, മുപ്പതു തൊട്ടിങ്ങോട്ടു വരെ വലിച്ചു നീട്ടാവുന്ന റബർ ബാന്റ് വർഷങ്ങളിൽ ഒരു ഫ്രീലാൻസ് ഡിസൈനർ-കം-കോപ്പി റൈറ്റർ. ഉമ്മയില്ലാ, ഉപ്പയുണ്ട്. ഇക്കയില്ലാ, ഇത്തയുണ്ട്.

ചോദ്യം: മുകളിൽ കൊടുത്തിരിക്കുന്ന ഹ്രസ്വ വിവരണ ബയോ ഡാറ്റയിൽ നിന്നും എളുപ്പത്തിൽ വായിച്ചെടുക്കാവുന്ന ഒരു സൂചന യെന്ത്?

ഉത്തരം: *ആബിദ് എന്നും പേടി ഇഷ്ടപ്പെട്ടു. അതേ തീവ്രതയിൽ സ്വാതന്ത്ര്യവും. പേടികൂടുമ്പോഴെല്ലാം അവൻ ജോലികൾ രാജിവെച്ചു.*

ആബിദിന്റെ കുട്ടിക്കാല ഓർമ്മ പോലൊന്ന്

അഞ്ചു വിരലുകളുടെ ഉമ്മ-മാർദ്ദവത്തിൽ

താനെപ്പഴോ കിടന്നിട്ടുണ്ടെന്ന് ആബിദിന്

ഇടയ്ക്കെല്ലാം മിന്നലോർമ്മ വരും..

ആബിദിന്റെ ഒരു സ്വപ്നം

കോഴിക്കോട് പാരഗൺ ഹോട്ടലിലെ

ബിരിയാണി തിന്നു തിന്ന് എനിക്ക്

ഒരു തടിയൻ കാക്കയാവണം

കാവേരി

കാവേരിയെക്കുറിച്ച് എഴുതുക എന്ന് 2 മാർക്കിനുള്ള ചോദ്യത്തിന് ഉത്തരമെഴുതാൻ ആവശ്യപ്പെട്ടാൽ ഇങ്ങനെ വിവരിക്കാം:

ഉത്തരം: *കോഴിക്കോട്ടു ജില്ലയിലെ മുക്കം എന്ന പ്രദേശത്തിനടുത്തുള്ള കറുത്ത പറമ്പ് എന്ന സ്ഥലത്താണ് കാവേരി ജനിച്ചത്. സ്കൂൾ പഠനം മുക്കം ഹൈസ്കൂളിൽ. ഇക്കാലത്ത് നന്നായി പെയിന്റിംഗ് ചെയ്തിരുന്നു. പ്രീ-ഡിഗ്രി കോഴിക്കോട് മലബാർ ക്രിസ്ത്യൻ കോളെജിൽ. ഇടതുപക്ഷ വിദ്യാർത്ഥി രാഷ്ട്രീയവും തീ പാറുന്ന സമര തീഷ്ണതയുമൊക്കെയായി കാമ്പസ് ഹരിത യൗവനം വിളിച്ചറിയിച്ച കാലത്ത് ആദ്യ കവിത മാതൃഭൂമി ബാലപംക്തിയിൽ അച്ചടിച്ചു. രണ്ടാമത്തെ രചന-ഒരു ചെറുകഥ-ചന്ദ്രിക ആഴ്ചപതിപ്പിന്റെ പുതു നാമ്പുകളിൽ. മലബാർ ക്രിസ്ത്യൻ കോളെജിലെ പകർന്നാട്ടം നാടക സംഘത്തിലെ മുഖ്യ അഭിനയേത്രിയായിരുന്നു. ഡിഗ്രി ഗുരുവായൂരപ്പൻ കോളെജിൽ. കേരളത്തിലെ ആദ്യ കാമ്പസ് ഷോർട് ഫിലിമുകളിലൊന്നായ 'ഉപരത'ത്തിന്റെ പിന്നണി പ്രവർത്തകരിലൊരാളായി പ്രവർത്തിച്ചു.*

(5 മാർക്കിനുള്ള ഉത്തരമാണെങ്കിൽ ഇത്രയും കൂടി എഴുതാം:)

എ കെ വരുൺ എഡിറ്റ് ചെയ്ത 'ക്ലീഷേ' എന്ന കോളെജ് മാഗസിനിൽ ആദ്യ ലേഖനം-കാമ്പസ് ചലച്ചിത്രത്തിന്റെ ഭാവി പദ്ധതികൾ. പോസ്റ്റ് ഗ്രാജ്വേഷൻ പഠനവും ഇതേ കോളെജിൽ തന്നെ.ഇക്കാലത്ത് ഹാർട്ടറ്റാക്കു പോലെ തുടരെത്തുടരെ മൂന്നു പ്രേമങ്ങൾ! എല്ലാം ഒരു വർഷത്തിനുള്ളിൽ സൈക്കിൾ ടയറിനേക്കാൾ ഉഗ്രനായി പഞ്ചറായി.ഇരുപത്തിനാലാം വയസ്സിലെ തിരിച്ചറിയൽ കാലത്ത് എല്ലാം വിട്ട് കൽക്കത്ത ശാന്തി നികേതനിൽ ആർട് ഹിസ്റ്ററി പഠിക്കാൻ പോയി. മൂന്നു വർഷം കഴിഞ്ഞു തിരിച്ചു വന്നതു മുതൽ കോഴിക്കോട് കേന്ദ്രമായി 'സൈലന്റ് വോയ്സസ്'' എന്ന കൂട്ടായ്മയുടെ ഭാഗമായി നിൽക്കുന്നു.

ചോദ്യം: കാവേരി ഇപ്പോൾ അന്ധയാണ്. എന്നാൽ ജന്മനാ അന്ധയായിരുന്നില്ല അവൾ.സത്യത്തിലെന്താണ് സംഭവിച്ചത്?

ഉത്തരം: *നല്ല ചോദ്യം! കാവേരിക്ക് റെറ്റിനൈസിസ് പിഗ്മന്റോസ എന്ന അസുഖമായിരുന്നു. എട്ടാം ക്ലാസിൽ തുടങ്ങിയ കാഴ്ചാത്തകരാറ് അവൾ ആരോടും പറയാതെ ഒരു ആർത്തവ രഹസ്യം പോലെ സൂക്ഷിച്ചു വെച്ചു.അന്നു തൊട്ടേ അവൾക്കു രാത്രിക്കാഴ്ച കുറവായിരുന്നു. എല്ലാ മനുഷ്യർക്കും അങ്ങനെ തന്നെയായിരിക്കും എന്ന് കാവേരിയും തെറ്റിദ്ധരിച്ചു.പത്താം ക്ലാസു മുതലേ വെളിച്ചങ്ങളും തിളക്കങ്ങളും അവൾക്ക് ഫോട്ടോഫോബിയ സമ്മാനിച്ചു.കാഴ്ച കുറഞ്ഞു കുറഞ്ഞു ഒരു ടണൽ ദൃശ്യമാകുന്നത് അവൾ അറിയുന്നുണ്ടായിരുന്നു.ഇരുപതാം വയസിൽ എം ടി യുടെ മഞ്ഞ് വായിച്ചു തീർക്കവേ അവളുടെ കണ്ണിൽ പെട്ടെന്ന് ഇരുട്ടു വന്നു വീണു.അവൾക്കു കാഴ്ചാ-വിരാമമായി! 'വരാതിരിക്കില്ല! ' അവൾ അവസാനമായി കണ്ടു കൊണ്ട് വായിച്ച വാക്ക് അതായിരുന്നു.*

നിങ്ങൾ ചോദിക്കാത്ത ഒരു കാര്യത്തിനു കൂടി ഞാൻ ഇതിനൊപ്പം ഉത്തരം പറയാം.ചെറുപ്പത്തിലേ മാതാപിതാക്കൾ മരിച്ചു പോയതു കൊണ്ട് കാവേരി അനാഥയായിരുന്നു.അകന്ന ബന്ധുക്കളാണ് അവളെ കുറേക്കാലം പഠിപ്പിച്ചത്.

ഇരുപത്

ഒരിക്കൽ കാവേരിയെനിക്കൊരു പ്രേമലേഖനം തന്നു. തികച്ചും അവിചാരിതമായിരുന്നു അത്. ആകസ്മികവും. ഞങ്ങൾ വെയിൽ നനഞ്ഞുകൊണ്ട്, 12 മണിയുടെ ഉച്ചചൂടാക്കുന്ന സൂര്യനെ നേരിട്ടു കൊണ്ട്, പതിവുപോലെ പാർക്കിൽ ഇരിക്കുകയായിരുന്നു.

അന്തരീക്ഷം വിജനം

നിശബ്ദം

സാഹചര്യവും ഏകാന്തം.

അങ്ങനെ ആ ഏകാന്ത, വിജന, നിശബ്ദ, സൗകുമാര്യകാലത്ത് പെട്ടന്നതാ കാവേരി അവളുടെ ബ്രൗൺ കുർത്തയുടെ വലത്തേ പോക്കറ്റിൽ കൈയിട്ട് ഒരു മാജിക്ക് കൈപ്പത്തി പുറത്തെടുക്കും മാതിരി എന്തോ എനിക്കു നേരെ നീട്ടുന്നു.

സത്യത്തിൽ മിഠായി തരികയായിരുന്നുവെന്നാണ് കരുതിയത്.

എന്നാൽ പലതായി മടക്കിയ, വിയർപ്പിൽ മുക്കിയെടുത്ത് നനച്ചതുപോലുള്ള, ഒരു കടലാസായിരുന്നു അത്.

അതിൽ ജിലേബിച്ചുറ്റു പോലുള്ള ചില അക്ഷരങ്ങളിൽ കാവേരി എഴുതിയിരിക്കുന്നത് ഞാൻ കുൽസിത ഹൃദയത്തോടെ വായിച്ചു:

ഞാൻ നിന്നെ
പ്രേമിക്കുന്നു

ആഹ്ലാദത്തേക്കാൾ കരളു പൊടിയും മട്ടിലൊരു ഞെട്ടലാണ് എനിക്കപ്പോഴുണ്ടായത്. കണ്ണുകൾക്കു നേരെ ആ കടലാസു കഷണം കൂടുതൽ നിവർത്തിപ്പിടിച്ച് ഞാൻ നോക്കി.കണ്ണു കാണാത്ത കാവേരി പഴയ അവളുടെ കാഴ്ചക്കാലത്തെ ഓർമ്മയിലിട്ട് കശക്കി എഴുതിയ വാക്കുകളാണ് അവ.

കാഴ്ചയുണ്ടായിരുന്നെങ്കിൽ ബ്രില്ലിന്റെ നീല മഷിയിൽ മുക്കി വിരലുകൾ കൊണ്ട് അവളെഴുതുമായിരുന്നത്.

എന്നിട്ടും അനാവശ്യമായി ഒരു അക്ഷരത്തെറ്റും ആ എഴുത്തിനിടയ്ക്ക് കടലാസിൽ വന്നു പോയില്ല എന്നത് എന്നെ ആശ്ചര്യപ്പെടുത്തി.എന്റെ അറിവിൽ കാവേരി പേന കൊണ്ടെഴുതിയിട്ട് എത്രയോ വർഷങ്ങളായിരുന്നു.

കാവേരി ഒരു പ്രേമ ലേഖനമെഴുതുക, അതു മറ്റാർക്കു കൊടുക്കാമായിരുന്നിട്ടും എനിക്കു തന്നെ തരിക-ഇതെല്ലാം അസാധ്യ സ്വപ്നമെന്നേ ഞാനിന്നേവരെ കരുതിയിരുന്നുള്ളൂ.

ആകാംക്ഷയുടെ പീലികളിൽ കാവേരിയുടെ കൺപോളകൾ ഇമവെട്ടുന്നത് എനിക്കപ്പോൾ കാണാമായിരുന്നു.

ഞാൻ ആകാശത്തേക്ക് നോക്കി---

കാ വേരി കാ വേരി കാവേ രി

കാ വേരി കാ വേരി കാവേ രി

കാ വേരി കാ വേരി കാവേ രി

കാ വേരി കാ വേരി കാവേ രി

കാ വേരി കാ വേരി കാവേ രി

കാ വേരി കാ വേരി

കാവേ രി

ആകാശവും എനിക്ക് കാഴ്ചാ വിഭ്രമം നൽകുകയാണോ!

ഇരുപത്-A

< ഇതിനിടയിൽ എഴുത്തുകാരനെ ഒരു ചെറുകഥ എഴുതാൻ നോവലിലെ കഥാപാത്രങ്ങൾ അനുവദിക്കുന്നു.നേരത്തെ മിനിക്കഥ എഴുതാൻ മാത്രമേ സമയം കൊടുത്തിരുന്നുള്ളൂ.ഇക്കുറി ഡൽഹി സ്കെച്ചസ് എന്ന പ്രസിദ്ധീകരണത്തിനു വേണ്ടി കുറച്ചു കൂടി വലിയ കഥ എഴുതിക്കോളൂ എന്നൊരു ഉദാരത എഴുത്തുകാരനു കിട്ടുന്നു. >

കഥ

മുഷിഞ്ഞ കടലാസ്

വി എച്ച് നിഷാദ്

മാതൃഭാഷ നേന്ത്രപ്പഴം പോലെയാണെങ്കിൽ ഹിന്ദി ഭാഷ റോബസ്റ്റാ പഴം പോലെയാണ്. ഒന്നു നാടനും രുചി കൂടിയതും വിശപ്പിനെ പ്രഹരിച്ചു കിടത്തുന്നതും. മറ്റേതോ, മധുരം കൂടുതലുണ്ടെന്നു തോന്നിപ്പിച്ചു കൊണ്ട് പെട്ടെന്നു അലിഞ്ഞുതീരുന്നത്. ദൽഹിയിൽ എത്തിയ നാൾ മുതൽ ഈ ഉപമ ഒരു രണ്ടാം മുണ്ടു മാതിരി തന്റെ ചുമലിലും ചിന്തയിലും കൊണ്ടു നടന്നതിനാൽ അഞ്ചു വർഷം അവിടെ കഴിഞ്ഞിട്ടും ഹിന്ദി കാര്യമായി പഠിക്കാൻ അരവിന്ദനായില്ല. സംസാരിക്കുമ്പോഴെല്ലാം അരവിന്ദന്റെ നാവിൽ ഹിന്ദി അക്ഷരങ്ങൾ റോബസ്റ്റാ കഷണങ്ങൾ പോലെ രുചി കിട്ടാതെ, തണുപ്പു ചുറ്റിയ കൊച്ചു ബാറ്ററികളെ ഓർമ്മിപ്പിച്ചു കൊണ്ട് മരവിച്ചു

കിടന്നു. കുറേ കഴിയുമ്പോൾ കയ്ച്ചിട്ടെന്നതു മാതിരി അവനത് തുപ്പിക്കളയുമായിരുന്നു. വലിയ ഹവ്വലാ വലുപ്പമുള്ള നല്ല മലയാളം നേന്ത്രപ്പഴ വാക്കുകൾ അപ്പോഴെല്ലാം വളരെയുച്ചത്തിൽ അവൻ പറഞ്ഞു. ചുരുക്കത്തിൽ വർഷമിത്രയായെങ്കിലും അരവിന്ദന് ഹിന്ദി അറിയില്ല.

അരവിന്ദൻ കഴിഞ്ഞ കുറേക്കാലമായി എന്റെ സഹമുറിയനാണ്. വന്നു കേറിയതാണ്. ചില വർഷങ്ങളിൽ നവംബറിലെ ദില്ലി ആകാശത്ത് ഗ്രാമർ അറിയാതെ സംസാരിക്കാൻ ശ്രമിക്കുന്നവരെ പോലെ ചില മേഘങ്ങൾ നൂണ്ടു കയറുമായിരുന്നു. ഏതാണ്ട് അതു പോലെയാണ് അവനും വന്നത്. ഒരു രാത്രിയിൽ. ലഹരിയുടെ തണുപ്പ് കാല കമ്പിളി വസ്ത്രങ്ങളും ധരിച്ചു കൊണ്ട്.

കൂട്ടുകാരൻ ശ്രീനിവാസന്റെ കൂടെ വന്നതായിരുന്നു. അവന്റെ മുറിയിലാണെന്നും നാട്ടിൽ നിന്നു ജോലി തേടി തലസ്ഥാന നഗരിയിലെത്തിയതാണെന്നും ആ ലഹരിയുടെ സ്വാതന്ത്ര്യമുപയോഗിച്ച് അരവിന്ദനെപ്പോഴോ കുടഞ്ഞിട്ടു.പിന്നെ ഇടയ്ക്കെല്ലാം അവന്റെ ചില രാത്രി ഇരിപ്പുകളും ഉറക്കങ്ങളും എന്റെ മുറിയിൽ പതിവായി. കുറേക്കാലമങ്ങനെ പോയി.

രണ്ടു വർഷത്തിനു ശേഷം ഒരു വേനലവധിയിൽ ഞാൻ നാട്ടിൽ പോയി വന്നതായിരുന്നു. നോക്കുമ്പോഴുണ്ട് എന്റെ റൂം മേറ്റിനെ ചാക്കിട്ട് ഫ്ലാറ്റിൽ കടന്നു കൂടിയിരിക്കുന്നു അവൻ-ഈ അരവിന്ദൻ.

എന്നാൽ രണ്ടാഴ്ചക്കുള്ളിൽ എനിക്ക് അരവിന്ദനെ വെറുപ്പായി. മഹാ കഷ്ടമാണ് അവന്റെ കാര്യം. എപ്പോഴും ഒരേ കിടപ്പാണ്.എന്തു ചെയ്യാനാണ്! നോക്കണം, കുറേക്കാലമായി ദൽഹിയിൽ എത്തിയിട്ട്. ജോലി ഒന്നും തരപ്പെട്ടില്ല. വാരാന്ത്യങ്ങളിൽ മാത്രമാണ് രണ്ടു ദിവസം ആ നശിച്ച തല കാണാതാവുക. ഹോളിഡേയ്സിൽ ഏതെങ്കിലും മലയാളി കമ്പനിയിൽ ചെന്നു പെടും. അവർക്ക് ചിക്കനും പൊറോട്ടയുമൊക്കെ അടിച്ചു കൊടുത്ത് ആമാശയ സഞ്ചി നിറയെ ധാരുവും വലിച്ചു മോന്തി പാളീസായി അവിടെയെങ്ങാനും കിടക്കും. തിങ്കളാഴ്ച ജോലിക്കായി എല്ലാവരും രസായികളിൽ നിന്നു തല പൊക്കുമ്പോൾ ഒരു നായ് കുഞ്ഞിനെ ആട്ടും മാതിരി അരവിന്ദനേയും അവർ എടുത്തു പുറത്തിടും. പോടാ...പോയ് നിന്റെ കമരായിൽ ചെന്നു കിടന്നുറങ്ങ്..

അതോടെ വീണ്ടും അരവിന്ദൻ എന്റെ ഫ്ലാറ്റിലെത്തും. എന്നാലും തിങ്കൾ മുതൽ വെള്ളി വരെ അവനെ കണ്ടു കൊണ്ടിരിക്കാനാവില്ല. മുറിയിലെ പിഞ്ഞിത്തുടങ്ങിയ പായയിൽ എന്തോ അധോലോക സാഹിത്യം ആലോചിക്കുന്നതുമാതിരി അങ്ങനെ ഷർട്ടുമിടാതെ

കിടക്കും. പാവപ്പെട്ട മലയാളി പുരുഷന്മാർ ധരിക്കുന്ന, ഓരോ അലക്കിലും നീല നിറം വീതിച്ച് പുറത്തു വിടുന്ന, തിരുപ്പൂർ ലുങ്കിയും ധരിച്ചാണ് എപ്പോഴും കിടപ്പ്. മസിലുള്ള കൈത്തണ്ടകൾ മാത്രം അവന്റെ ശരീരത്തിൽ അപ്പോൾ തളരാതെ കാണും.

പക്ഷേ ഒരേ ഒരു കാര്യത്തിൽ മാത്രം അവനോട് എനിക്കു മതിപ്പുണ്ട്. അതു പാചകമാണ്. നല്ല ഉരുളക്കിഴങ്ങും സവാളയും തക്കാളിയും മാത്രം മതി. അവന്റെ ഒരു പ്രത്യേക ടൈപ്പ് കട്ടിംഗുണ്ട്. തക്..തക് എന്ന് അരിഞ്ഞിടും. ഇഞ്ചിയും വെളുത്തുള്ളിയുമെല്ലാം ചേർത്ത് വേറൊരു അരപ്പും ഒപ്പം നടത്തും. പിന്നെ എന്തോ മാന്ത്രിക കർമ്മം ചെയ്യും മാതിരിയാണ്. അടുക്കള ഭാഗത്തേക്ക് ആരും വരരുത്. കുറേ കഴിയുമ്പോൾ പുകക്കു പിന്നാലെ രുചി പറന്നു വരുന്നതു കാണാം. വായിൽ നിറയുന്ന വെള്ളം മാത്രം മതി. അതിലൂടെ വാസ്കോഡഗാമയുടെ കപ്പലോടും.

അയ്യയ്യോ.. ഇതൊന്നും നുണയല്ല. പരമമായ സത്യമാണ്. അവന്റെ ദാല് കറിയും സാമ്പാറുമെല്ലാം ബഡാ ഹിറ്റാണ്. അതു മാത്രമോ, വെജിറ്റബിൾ ബിരിയാണിയും. അതു തിന്നുമ്പോഴാണ് എടാ..അരവിന്ദാ എന്നു വിളിച്ച് എന്റെ ക്രോധം മാറുന്നത്. പാവം, നല്ലൊരു പാചകക്കാരനല്ലേ. ജോലി കിട്ടാഞ്ഞിട്ടല്ലേ പോട്ടെടാ.. എന്നു ഞാൻ തോളിൽ കൊട്ടി ആശ്വസിപ്പിക്കും.

പിറ്റേന്ന് രാവിലെ നേരം വെളുത്ത് വെയിൽ ചന്തിയിൽ നടയടി ഊക്കിലടിച്ചാൽ പോലും അരവിന്ദൻ എണീക്കില്ല. തലേന്നത്തെ സ്നേഹം ഞാനപ്പോൾ മറക്കും. എടാ, നാണമില്ലാത്തോനേ.. രാവിലെ തന്നെ കിടക്കും.. ഇങ്ങനെ ഒരു പണിയും എടുക്കാതെ. ഞാൻ അലറും. അരവിന്ദനുണർന്ന് മേൽക്കൂരയിലേക്ക് നോക്കുന്ന ഒരു തവള മാതിരി കണ്ണുകളുന്തി അങ്ങനെ വീണ്ടും കിടക്കും. കള്ള കാഫിറ്..

ദൽഹിയിൽ തൊഴിലില്ലാത്ത മലയാളികളെ ആരും അങ്ങനെ കൂടെ താമസിപ്പിക്കുക പതിവില്ല. റോഹിഗ്യകളെപ്പോലാണ്. ആർക്കും വേണ്ട അവരെ. കൂടി വന്നാൽ ഒരാഴ്ച. ഏറി വന്നാൽ ഒരു മാസം. അതിൽ കൂടുതൽ ജോലിയും പൈസേം ഇല്ലാത്ത ആരേയും റൂമിൽ കൂടെ നിറുത്തുകേലാ. അരവിന്ദൻ ശ്രീനിവാസന്റെ കൂടെ രണ്ടു വർഷം എങ്ങനെയോ കഴിഞ്ഞു. പിന്നെ ഉപായത്തിൽ എന്റെ ഫ്ലാറ്റിൽ കയറി പറ്റി. ബഹൻ ചൂ..കള്ള ഹിമാർ....

കൂടെയുണ്ടായിരുന്ന ലാൽ മോഹൻ നാട്ടിൽ പോയിട്ട് പിന്നെ തിരിച്ചു വന്നില്ല. അതിനു ശേഷം ഒരു വർഷത്തോളം ഞാനും അരവിന്ദനുമേ ഫ്ലാറ്റിലുള്ളൂ. എന്നെപ്പോലെ പത്ര പ്രവർത്തനമൊന്നും

അരവിന്ദൻ പഠിച്ചിട്ടില്ല. മലയാള സാഹിത്യത്തിൽ വലിയ പി ജി എടുത്തു. ഇംഗ്ലീഷ് മുറിക്ക് അറിയാം. എന്നാൽ പേശ്ശ ബലമില്ല. ഹിന്ദിയുടെ കാര്യം പറഞ്ഞല്ലോ. റോബസ്റ്റ പഴം മാതിരി ചില വാക്കുകൾ ഉരുവിടും. പലതിന്റെയും അർത്ഥം പോലും അറിഞ്ഞു കൂടാ.ഹിന്ദി അവനു ദഹിക്കുകില്ലാ..സാലാ..

എടാ..നീ എന്നെ മുടിപ്പിക്കും. നാലര വർഷമായേ.. എന്നിട്ട് ചോറും കറീം ഒണ്ടാക്കുന്നതല്ലാതെ നീ വല്ലതും പഠിച്ചോ. ഹിന്ദി അറിയില്ല. ഇംഗ്ലീഷ് അറിയില്ല. ആകെ ഉള്ളത് ആർക്കും വേണ്ടാത്ത ഒരു മലയാളം! ഒരു കച്ചറവാലയാകാനുള്ള സാധ്യത പോലും നിന ക്കില്ലല്ലോടാ പന്നീ.. നിന്റെ മലയാളം ബിരുദം കൊണ്ട് ആരിവിടെ പണി തരാനാണ്..ഒരു ദിവസം ഞാൻ വാക്കുകൾ കൊണ്ട് പരമാവധി അവനെ പ്രകോപിപ്പിച്ചു.

കുറച്ചു സമയം അവൻ മച്ചും നോക്കി കിടക്കുന്നതു കണ്ടു. പിന്നെ എവിടുന്നോ ചില ചില്ലറകൾ പെറുക്കിപ്പിടിച്ചെടുത്ത് പുറത്തേക്ക് ബീഡി വാങ്ങാനായി പോയി. സങ്കടം വന്നു കാണും. അരവിന്ദൻ എപ്പോഴും സങ്കടങ്ങളെ പുകയിൽ ഊതിക്കളയുമായിരുന്നു. വരട്ടെ, ഊതട്ടെ, മുകളിലോട്ട് എല്ലാം കൂടി കളയട്ടെ.

ഒരു ദിവസം രാവിലെ നൈറ്റ് ഡ്യൂട്ടി കഴിഞ്ഞു ഞാൻ വന്ന പ്പോൾ അരവിന്ദൻ ഫ്ലാറ്റിലില്ല. കിച്ചണിലും ഒന്നും ഉണ്ടാക്കിയ ലക്ഷണമില്ല. എവിടെ പോയി എന്നു വിചാരിച്ചപ്പോൾ ഒരു പ്ലാ സ്റ്റിക് കവറും ആട്ടിപ്പിടിച്ചു കൊണ്ട് അവൻ വന്നു. 'എടാ, എനിക്കു ജോലി കിട്ടി' എന്നു പറഞ്ഞു പോത്തു വന്നു മുട്ടും പോലെ എന്നെ കെട്ടിപ്പിടിച്ചു. ആ സ്നേഹം കൊണ്ട് ഞാൻ വല്ലാതെ ഇറുകിപ്പോയി. പിന്നെ രണ്ടു കിലോ ചിക്കൻ വാങ്ങിയത് കഴുകാനായി അരവിന്ദൻ പാത്രത്തിലിട്ടു. ഞാൻ അന്തം വിട്ടു.

അരേ..ദേഖോ..ശരിക്കും എന്റെ വായടഞ്ഞു പോയി കേട്ടോ.

അന്നൊരു ഗംഭീര ചിക്കൻ കറി അരവിന്ദൻ ഉണ്ടാക്കി. ചിക്കൻ സൂപ്പും. അവൻ തൊട്ടാൽ എന്തിനും വായ്തിരയുണ്ടാക്കുന്ന രുചിയാണ്.

നൈറ്റ് സെക്യൂരിറ്റിയാണ്. ഒരു പണിയും ചെയ്യണ്ടാത്ത പണിയാണ് കിട്ടിയത് എന്നൊക്കെ ഇടയ്ക്കെന്നെ ബോധിപ്പിച്ചു. സെക്യൂരിറ്റിയെങ്കിലങ്ങനെ. ഒരു പണി കിട്ടിയല്ലോ. പകൽ ചുമ്മാ ഫ്ലാറ്റിൽ കിടന്ന് അവനുറങ്ങുന്നത് അതോടെ എനിക്കു പ്രശ്നമേ അല്ലാതായി മാറി.

ഒരു ദിവസം തമിഴ്നാട്ടിൽ നിന്നുള്ള കർഷകരുടെ ഒരു

പ്രൊട്ടസ്റ്റും റിപ്പോർട്ടു ചെയ്തു കൊണ്ട് ജന്തർ മന്തറിനടുത്ത് ഞാൻ നിൽക്കുകയായിരുന്നു.പെട്ടെന്നു മുന്നിലൂടെ പറന്നു പോയൊരു കാറിൽ അരവിന്ദനെ ഒരു നോക്കു കണ്ടു. അരവിന്ദാ...ഞാൻ ഉച്ചത്തിൽ വിളിച്ചു. അരവിന്ദനാണോ. അല്ല. അല്ലല്ല, അവൻ തന്നെ. പക്ഷേ, കേരളീയത്തം ആകെ പോയ ഒരു ഉടൽ പോലെ തോന്നി ആ ശരീരം തിരിഞ്ഞു നോക്കിയപ്പോൾ. ഏതോ പോഷ് കാറാണെന്നു മാത്രം മനസ്സിലായി. സിൽക്കു ഷർട്ടാണ് ഇട്ടിരുന്നത്. അല്ല, അരവിന്ദനു സിൽക്കു ഷർട്ടില്ലല്ലോ!-അല്ലേ, അവൻ തന്നെ..

അതു ചോദിക്കാൻ അവനെ മൊബൈലിൽ വിളിച്ചെങ്കിലും കിട്ടിയില്ല. രാത്രിയും ഫോണിൽ കുറേ ട്രൈ ചെയ്തു.ഒന്നും കിട്ടിയില്ല.

പിറ്റേന്ന് ഓഫ് ദിവസമായതു കൊണ്ട് താമസിച്ചാണ് ഞാനുണർന്നത്. താഴെ ദൂരെ ഒരു കാർ വന്നു നിന്നു. ഇന്നലെ കണ്ടതു പോലൊരെണ്ണം ആണോ?

കയ്യിൽ പ്ലാസ്റ്റിക് സഞ്ചിയുമായി അരവിന്ദൻ വന്നു കയറി. അതിൽ ബീഫാണെന്നു തോന്നുന്നു.

അവന്റെ കണ്ണുകൾ ഉറക്ക ക്ഷീണം കൊണ്ട് മുഷിഞ്ഞ കടലാസു പോലെ ചുളിഞ്ഞിരുന്നു. ശരീരവും അങ്ങനെ തന്നെ എന്നു തോന്നി.

അരവിന്ദാ.. ഞാൻ വിളിച്ചു.

അവൻ മുഖത്തു നോക്കുന്നില്ല.

താഴെ കാറു തിരിക്കുന്ന ഒരു മധ്യവയസ്കനെ ഞാൻ കണ്ടു. മുറുക്കിയ ചുണ്ടുകളാണോ?

എനിക്കെന്തോ പെട്ടെന്ന് അവനോട് ഇനി നിന്നെ ഒരിക്കലും ചീത്ത പറയില്ലെന്നും സാമ്പാറും ദാലുമുണ്ടാക്കി മുറിയിൽ തന്നെ ഇരുന്നാൽ മതിയെന്നും പറയണമെന്നു തോന്നി.

എന്നാൽ സംസാരിക്കാൻ പറ്റുന്നില്ല.

അരവിന്ദൻ ഒന്നും മിണ്ടാതെ കീറിയ പായയുടെ അറ്റത്തു വന്നു കിടന്നു.

വീണയുടൻ ഓഫാക്കിയതു പോലെ വേഗമുറങ്ങി. രാത്രിയുടെ മുഷിഞ്ഞ കടലാസ് ഇനിയൊരിക്കലും അവൻ കാണല്ലേ എന്ന് ആ പകലിൽ ഞാൻ ആത്മാർത്ഥമായി പ്രാർത്ഥിച്ചു. ആഗ്രഹിച്ചപ്പോഴൊന്നും വിരൽ തുമ്പിൽ തൊടാൻ കഴിയാതിരുന്ന നാട്ടിലുള്ള അനിയനെ ഓർത്തിട്ടെന്നവണ്ണം പൊടുങ്ങനെ ഞാൻ അരവിന്ദനെ ഉറക്കപ്പുതപ്പോടെ ചേർത്തു പിടിച്ചു.

*****

V H NISHAD
Writer
Rose Mahal | K K Road | Taliparamba P.O | Kannur | Kerala | India-670141 | talkwithvhnishad@gmail.com

Date: നവം. 22/2017

പ്രിയ
മനോജേട്ടന്,

'[illegible]' [illegible]
ഒരു കഥ —
'വെളുത്ത കടലാസ്' അയക്കുന്നു.
സ്നേഹ [illegible] [illegible]
[illegible] [illegible] [illegible]
[illegible]
[illegible].

സ്നേഹത്തോടെ,

[signature]

വി. എച്ച്. നിഷാദ്

ഇരുപത്തി ഒന്ന്

സത്യത്തിൽ ഞാൻ കാവേരിയെ ചതിക്കുകയായിരുന്നു.

സ്നേഹാധിക്യം കൊണ്ടു മാത്രം ചെയ്യാൻ സാധിക്കുന്ന ഒരു കുറ്റകൃത്യമായിരുന്നു അത്. ഞാനാ പ്രേമക്കടലാസ് കൈപറ്റിയതായി ഭാവിച്ചില്ല. കാവേരി എന്തോ സ്ലിപ്പ് തരുന്നു. ഞാനത് വളരെ നിസ്സാര മട്ടിൽ കൈപറ്റുന്നു.ഇത്രയേ ആ സായാഹ്നത്തിൽ സംഭവിച്ചുള്ളൂ എന്നു ഞാൻ ഭാവിച്ചു. മാത്രവുമല്ല, കാവേരി തന്റെ പ്രേമ ലേഖനത്തിൽ-ആ ഒരു തുള്ളിക്കടലാസിനെ അങ്ങനെ വിളിക്കാമെങ്കിൽ-എന്റെ പേരു വിളിച്ച് അഭിസംബോധന ചെയ്തില്ല എന്ന വസ്തുത ഞാൻ വളരെ സൗകര്യമായെടുത്തു.

കാവേരി സുന്ദരിയാണ്
കാവേരി മിടുക്കിയാണ്
കാവേരി കലാകാരിയാണ്
കാവേരി കാര്യപ്രാപ്തിയുള്ളവളാണ്
കാവേരി....

ഇങ്ങനെ കാവേരിയെക്കുറിച്ച് ഒരു കടലാസ് കാബേജുണ്ടാക്കാൻ

പാകത്തിന് എനിക്ക് ചുറ്റി നിറയ്ക്കാനുണ്ടായിരുന്നു. എന്നേക്കാൾ എത്രയോ അർഹതപ്പെട്ടവർ അവളുടെ പ്രേമത്തിനായി ദാഹിച്ചു ദാഹിച്ച് ഒരു പൂച്ചയെ പോലെ പമ്മി നടക്കുന്നു. അതെനിക്കറിയാമായിരുന്നു. കാവേരി അവരെ ആരെയെങ്കിലും പ്രേമിക്കട്ടെ എന്നും അവൾ കുറച്ചു കൂടി സന്തോഷ സമ്പുടവും ഹരിതമയവുമായ ജീവിതവും ലോകവും അനുഭവിക്കട്ടെ എന്നും ഞാൻ എപ്പോഴും ആഗ്രഹിച്ചു.

കാവേരിക്ക് ഇഷ്ടമാണ്	ആബിദിന് ഇഷ്ടമല്ല
1. വെറുതെ ഇരുന്ന് അന്തരീക്ഷം ശ്രദ്ധിക്കുന്നത്	1. മറ്റുള്ളവർ ആബിദിനെ ശ്രദ്ധിക്കുന്നത്
2. ഞാൻ നാളെ...ഞാൻ അടുത്താഴ്ച എന്ന മട്ടിൽ സങ്കൽപിച്ചുണ്ടാക്കുന്നത്	2. ആൾക്കൂട്ടത്തിൽ ഉച്ചത്തിൽ സംസാരിക്കുന്നത്
3. ഓരോ ആഴ്ചയും തനിക്ക് പുതിയ പേരുകൾ സ്വയം ഇടുന്നത്	3. കൂട്ടുകാരുടെ gd nite സന്ദേശങ്ങൾ വായിക്കുന്നത്.
4. തനിക്കു ധരിക്കേണ്ട വസ്ത്രങ്ങൾ സ്വയം ഡിസൈൻ ചെയ്യുന്നത്	4. പച്ച വെള്ളം ചൂടാക്കാതെ കുടിക്കുന്നത്
5. കൂട്ടുകാർക്ക് Gdny8 മെസേജുകൾ അയക്കുന്നത്	5. ഒരു നോവലിലെ കഥാപാത്രമാവുന്നത്

ഇരുപത്തി രണ്ട്

പ്രണയ ലേഖന സാധ്യതകൾ

ഒന്ന്-അമൽ

> ഭാവനയുടെ ഈ സീനിൽ കാവേരി അമലിനാണ് പ്രണയ ലേഖനം കൊടുക്കുന്നത്

ഒരിക്കൽ കാവേരി അമലിനൊരു കടലാസ് നീട്ടി. ഒരു മുറുക്കാൻ പൊതി തുറന്ന് അതിൽ നിന്ന് ഉണങ്ങിപ്പൊടിഞ്ഞ ചുണ്ണാമ്പു കഷണങ്ങൾ തോണ്ടിയെടുക്കുന്നതു പോലെ ആ കടലാസിൽ പലതായി ചിതറിക്കിടന്ന ചില അക്ഷരങ്ങളെ വിരലുകൾ കൊണ്ട് അമൽ ഒപ്പിയെടുത്തു.എഴുത്തിലെ ദീർഘ നാളായുള്ള പരിശീലനക്കുറവു കൊണ്ടു മാത്രം താഴേക്കു ഊർന്നു പോകും മട്ടിൽ കടലാസിൽ ഇത്തിരി ചെരിഞ്ഞു പോയ ആ അക്ഷരങ്ങൾ അവന് ഹൃദയ സന്ത്രാസത്തോടെ ഇങ്ങനെ വായിക്കാമായിരുന്നു. ..

I think
I Love you
yes,
I Love you!
KAVERI

ആ കടലാസു വായിച്ചപ്പോൾ അമലിനു തോന്നിയ വികാരത്തെ താഴെ കാണും വിധമുള്ള ഇമോജികളിൽ ഇങ്ങനേയും രേഖപ്പെടുത്താം-

ഒരു കാലത്ത് പരീക്ഷാ ഹാളിൽ വെച്ച് കോപ്പിയടി കടലാസ് ടീച്ചർ കണ്ടുപിടിക്കും മുമ്പ് പാന്റ്സിന്റെ കീശയിൽ താഴ്ത്തിയിരുന്ന വേഗതയിലും കൈയൊതുക്കത്തിലും അമലാ കടലാസു ഉണ്ട് ആരെങ്കിലും കാണും മുമ്പ് ലൂസു പിടിച്ച ഹലാക്കായ തന്റെ പാന്റ്സിലേക്കു തിരുകി.

പിന്നീട് ജീവിതത്തിലൊരിക്കലും അവനാരോടും അതിനെ പറ്റി സംസാരിച്ചതേയില്ല.

ഒരിക്കൽ ആബിദ് ചോദിച്ചപ്പോൾ തനിക്കു കാവേരിയെപ്പോലൊരാളെ സുഹൃത്തായി മാത്രമേ കാണാൻ കഴിയൂ എന്ന് അമൽ പറഞ്ഞു.ജപ്പാനിൽ തനിക്കൊരു കാമുകിയുള്ള കാര്യവും അവനാദ്യമായി ആബിദിനോട് വെളിപ്പെടുത്തി.

ഇരുപത്തി മൂന്ന്

പ്രണയ ലേഖന സാധ്യതകൾ
രണ്ട്-ഷഫീഖ്

ഷഫീഖ് അലിഗഡ് മുസ്ലിം യൂണിവേഴ്സിറ്റിയിലാണ് ബിരുദാനന്തര ബിരുദം മലയാളത്തിൽ പൂർത്തിയാക്കിയത്.

ക്ഷമിക്കണം, അലിഗഡ് മുസ്ലിം യൂണിവേഴ്സിറ്റിയിലാണ് ഷഫീഖ് മലയാളത്തിൽ ബിരുദാനന്തര ബിരുദം പൂർത്തിയാക്കിയത്. മലയാള വ്യാകരണവും ഭാഷാശുദ്ധിയുമൊക്കെ പഠിച്ചതിനാലാകും ഷഫീഖിനോട് വാചകങ്ങൾ എപ്പോഴും ഇങ്ങനെ പിണങ്ങി.അവൻ ഗ്രാമർ അമിത ശ്രദ്ധയാൽ ചിന്തിച്ചു, സംസാരിച്ചു. അതൊക്കെ പിശകുകയും ചെയ്തു.

ഷഫീഖിന്റെ സൈക്കിളിനു പിറകിലിരുന്ന് യാത്ര ചെയ്യവേ ഒരിക്കൽ കാവേരിക്ക് തന്റെ ബാല്യ കാലം തിരിച്ചു കിട്ടി. ഓർമ്മയുടെ സൈക്കിൾ പെഡൽ പിന്നോട്ടു പിന്നോട്ടു

പിന്നോട്ട

പിന്നോട്ട

തിരിയുന്നതായും ഗൃഹാതുരതയുടെ സ്വർണ്ണക്കാർമേഘങ്ങൾ തൊട്ടരുകിൽ വന്നു നിൽക്കുന്നതായും അവൾക്കനുഭവപ്പെട്ടു. ആ സായാഹ്ന

യാത്രയിൽ താഴെ പറയുന്ന വാക്കുകൾ അവളുടെ മനസിൽ പൊങ്ങു തടികൾ പോലെ മാറി മാറി ഉയർന്നു വന്നു നിന്നു-

a) rain

b)rainbow

c)train

d)train-go!

e)rain

f)raain, rainnnn

പെട്ടെന്നു കാവേരിയുടെ ചില സമയത്തെ ഇടയില്ലാ ചിരി പോലെ

മഴ

ചിതറി

താ

ഴേ

ക്ക

വീ

വീ...വീ....ണു

വീണു

rain

rain rain

rain rain

rain rain rain

rain

rain rain rain rain rain rain

rain rain rain

rain

rain - rain

rain rain rain

rain rain rain rain rain

rain rain

r a i n

മഴ മഴ യായി അത് അര മണിക്കൂർ പെയ്തു നിന്നു.

ഇതിനിടയിൽ ' i love u shafeek' എന്ന് കാവേരി പറയുകയും മഴയൊച്ചയിൽ/ rain noise ൽ ഷഫീഖ് അതൊട്ടും കേൾക്കാതിരിക്കുകയും ചെയ്തു.

ഇരുപത്തിനാല്

പ്രണയ ലേഖന സാധ്യതകൾ
മൂന്ന്-സുനിൽ

കോഴിക്കോട് PTI(Press Trust of India) ലേഖകൻ സുനിലിന് ഒരിക്കൽ തപാലിൽ ഒരു മൂന്നു പേജ് കുറിപ്പു കിട്ടി.വല്ല പ്രസ് ഇൻവൈറ്റോ വാർത്തയോ ആകും എന്നാണ് കരുതിയിരുന്നത്. എന്നാൽ അതിങ്ങനെയായിരുന്നു:

1-1-1-

പ്രിയനേ,
ഞാൻ പ്രേമിച്ചു പോയിരിക്കുന്നു.
വല്ലാതെ പ്രണയത്തിൽ പെട്ടി-
രിക്കുന്നു. ഹൃദയം പൊടിയും
മുമ്പ് എനിക്കിനി നിന്നോടിതു

more> more > more

2-2-2-

പറയാതെ വയ്യ! നമുക്ക അതി
രാവിലെ എഴുന്നേറ്റു തട്ടുകടക
ൾ തുറന്നോ എന്നും പത്രക്കാർ
പ്രഭാത ദിനപത്രങ്ങളുമായി എ
ത്തിയോ എന്നും നോക്കാം.

more> more > more

3-3-3-

അവിടെ വെച്ച് സുലൈമാനി
നുണഞ്ഞു കൊണ്ട് ഞാൻ
നിനക്കെന്റെ പ്രണയം തരും.

end > end > end

എന്നാൽ അതും വെറും കൗതുകകരമായ ഒരു വാർത്താവിശേഷം മാത്രമായി അവസാനിച്ചു. കാവേരി അതിൽ അവളുടെ പേരു വെക്കാൻ മറന്നു പോയതായിരുന്നു കാരണം. ഒരു ഫെബ്രുവരി 14 – വാലന്റൈൻ ദിനം* ആയിരുന്നു അത്. സുനിലാകട്ടെ കാവേരി യൊഴിച്ചുള്ള എല്ലാ കൂട്ടുകാരോടും ഈ കൗതുക-പ്രണയക്കത്തിന്റെ കാര്യം തമാശ പൊട്ടിച്ചുകൊണ്ട് പറയുകയും ചെയ്തിരുന്നു.

---

*വാലന്റൈൻ ദിനം: ലോകത്തിന്റെ വിവിധയിടങ്ങളിൽ എല്ലാ വർഷവും ഫെബ്രുവരി 14-ന് വാലൻന്റൈൻ ദിനം/ സെന്റ് വാലന്റൈൻ ദിനം ആഘോഷിക്കുന്നു.പരസ്പരം സ്നേ ഹിക്കുന്നവരുടെ ദിനം ആയി ഈ ദിവസം അറിയപ്പെടുന്നു.ലോകമെമ്പാടുമുള്ള ആളുകൾ തങ്ങൾ സ്നേഹിക്കുന്നവർക്ക് ഈ ദിനത്തിൽ സമ്മാനങ്ങൾ കൈമാറുകയും ഇഷ്ടം അറി യിക്കുകയും ചെയ്യുന്നു എന്നാണ് കൽപന.ഈ ദിനത്തിന്റെ ചരിത്രം ഇങ്ങനെ കുറക്കാം: ക്ലോഡിയസ് ചക്രവർത്തി റോം ഭരിച്ചിരുന്ന കാലം.വിവാഹം കഴിഞ്ഞാൽ പുരുഷന്മാർക്ക് കുടുംബം എന്നൊരു ചിന്ത മാത്രമേയുള്ളൂ എന്നും യുദ്ധത്തിൽ ഒരു വീര്യവും പിന്നീടവർ കാണിക്കാറില്ലെന്നും ചക്രവർത്തിക്ക് തോന്നി. അതിനാൽ ചക്രവർത്തി റോമിൽ വിവാഹം നിരോധിച്ചു.വാലൻന്റൈൻ എന്നൊരാളായിരുന്നു ഇക്കാലത്ത് കത്തോലിക്ക സഭയുടെ ബിഷപ്പ്. എന്നാൽ ഈ ബിഷപ്പ് പരസ്പരം സ്നേഹിക്കുന്നവരെ മനസ്സിലാക്കി അവരുടെ വിവാഹം രഹസ്യമായി നടത്തിക്കൊടുക്കാൻ തുടങ്ങി.വിവരം അറിയാനിട യായ ക്ലോഡിയസ് ചക്രവർത്തി വിട്ടു കൊടുക്കുമോ? വാലൻന്റൈനെ ജയിലിൽ അടച്ചു. ഇതിനിടയിൽ ബിഷപ്പ് വാലൻന്റൈൻ ജയിലറുടെ അന്ധയായ മകളുമായി സ്നേഹത്തിലു മായി. ബിഷപ്പിന്റെ സ്നേഹവും വിശ്വാസവും മൂലം ആ പെൺകുട്ടിക്ക് പിന്നീട് കാഴ്ചശക്തി വരെ ലഭിച്ചു.ഇക്കഥയറിഞ്ഞ ചക്രവർത്തി വാലന്റൈന്റെ തല വെട്ടാൻ ആജ്ഞ നൽകി. ശിരസ്സു ഛേദിക്കാൻ കൊണ്ടുപോകുന്നതിനുമുൻപ് വാലൻന്റൈൻ ആ പെൺകുട്ടിക്ക് 'ഫ്രം യുവർ വാലൻന്റൈൻ' എന്നെഴുതി ഒരു കുറിപ്പ് വെച്ചു എന്നതായാണ് ഹിസ്റ്ററി. അതിനു ശേഷം ബിഷപ്പ് വാലൻന്റൈന്റെ ഓർമ്മയ്ക്കായി ഫെബ്രുവരി 14 ന് വാലൻന്റൈൻ ദിനം ആഘോഷിക്കാൻ തുടങ്ങി. ഫെബ്രുവരി ഏഴു മുതൽ 14 വരെയുള്ള ഓരോ ദിനത്തിനും ഓരോ പ്രത്യേകതയുണ്ട്. ബിഗ് ഡേ ആയ ഫെബ്രുവരി 14ന് മുമ്പ് ഓരോ ദിനവും കൊണ്ടാടുന്നു. ഫെബ്രുവരി ഏഴിനാണ് റോസ് ഡേ. ഫെബ്രുവരി എട്ടിനാണ് പ്രൊപ്പോസ് ഡേ ആഘോഷി ക്കാറുള്ളത്. ഫെബ്രുവരി ഒമ്പതിനാണ് ചോക്ലേറ്റ് ഡേ.ഫെബ്രുവരി 10 ന് ആഘോഷിക്കുന്ന ടെഡ്ഡി ഡേയിൽ സ്ത്രീകൾ അവരുടെ ഇഷ്ട ടോയ്സിനോടൊപ്പം സമയം ചെലവഴിക്കുന്നു. ഫെബ്രുവരി 11 നാണ് പ്രോമിസ് ഡേ ആഘോഷിക്കാറുള്ളത്. ഫെബ്രുവരി 12 ആണ് പ്രണ യിനികൾ കാത്തിരിക്കുന്ന കിസ് ഡേ. തങ്ങളുടെ സ്നേഹം പ്രതിഫലിക്കുന്ന തരത്തിൽ പങ്കാളിയെ കെട്ടിപ്പിടിക്കാനുള്ള ദിനമാണ് ഫെബ്രുവരി 13.ബിഗ് ഡേ ആയ ഫെബ്രുവരി 14 വാലൻന്റൈൻ ദിനവുമാണ്.

ഇരുപത്തി അഞ്ച്

പ്രണയ ലേഖന സാധ്യതകൾ
നാല്-ജോജ്ജ

ജോജ്ജുവിനോട് പ്രണയം തോന്നിയ കാവേരി പ്രേമ ഉണ്ടകൾ നിറച്ച തന്റെ പ്രണയത്തുപ്പാക്കി അവനു നേരെ നീട്ടുകയും തുടരെത്തുടരെ മൂന്നു വെടിയുതിർക്കുകയും ചെയ്തിരിക്കണം.

എന്നാൽ മാധ്യമ പഠന വിദ്യാത്ഥിയായ ജോജ്ജു, ഹാരോൾഡ് ലാസ്വെൽ എന്ന മാധ്യമ സൈദ്ധാന്തികന്റെ പ്രൊപ്പഗാണ്ട എന്ന ആശയത്തിൽ നിന്നും ഉരുവെടുത്തു വന്ന ഹൈപ്പോഡെർമിക് -നീഡിൽ മോഡൽ അഥവാ മാജിക് ബുള്ളറ്റ് മാതൃകയെ മുഖവില യ്ക്കെടുക്കുന്ന ഒരാളായിരുന്നില്ല.

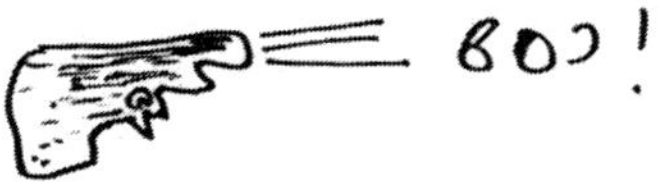

പ്രസ്തുത മോഡൽ അനുസരിച്ച് ടെലിവിഷൻ കാണുന്ന പ്രേക്ഷകർ മുഴുവൻ ആ മാധ്യമത്തിന്റെ ഉള്ളടക്കത്തിനനുസരിച്ച് സ്വഭാവ വ്യതിയാനം സംഭവിക്കുന്നവരാകും. ഒരു സിറിഞ്ചിനുള്ളിലെ മരുന്നിനനുസരിച്ച് രോഗി മാറും പോലെ, ഒരു വെടിയുണ്ടയേൽക്കുന്നയാൾ ആ വെടിമരുന്നിന് അനുസരിച്ച് സ്വഭാവം മാറ്റും പോലെ ആണത്. ഒരിക്കലും അങ്ങനെ സംഭവിക്കില്ല! ജോജു വിശ്വസിച്ചു. പ്രേക്ഷകർ മുഴുവൻ മത്തങ്ങാത്തലയരല്ല!

അതു കൊണ്ടു തന്നെ ജോജു കാണാതെ നീട്ടിപ്പിടിച്ച് തന്റെ പ്രണയത്തുപ്പാക്കിയുടെ കാഞ്ചി കാവേരി വലിച്ചിട്ടും ആ പ്രണയം ഏശിയതേയില്ല. ജോജുവിന്റെ ശരീരത്തിൽ ഒരു പോറൽ പോലും വീഴ്ത്താനായില്ല അവയ്ക്ക്. അവനത് അറിഞ്ഞിരുന്നു പോലുമില്ല എന്നു പറയണം.

No. Date :

ഇരുപത്തി അഞ്ച്-A

നോവൽ രചന എന്ന പക്രിയയിൽ ഇടപെട്ടു കൊണ്ട്/ ഇടയിൽ പെട്ടു കൊണ്ട് പ്രശസ്ത സാഹിത്യ നിരൂപകനും എഴുത്തുകാരനും സൈദ്ധാന്തികനുമായിരുന്ന ശ്രീ.വി സി ഹാരിസ് മാഷിന്റെ, പേരു വെളിപ്പെടുത്താനാഗ്രഹിക്കാത്ത ഒരു വായനാ-ശിഷ്യൻ എഴുതുന്നത്:

-എന്തെന്നാൽ,

ഒരു സാഹിത്യ രൂപവും കേവലം പുതിയ പ്രമേയങ്ങളുടെ സംവിധാനത്തിലോ അവതരണത്തിലോ പൂർണമാകുന്നില്ല.

പുതിയ കാലത്ത്, പുതിയ സർഗാത്മക സാഹചര്യങ്ങളിൽ കൂടി

യാത്ര ചെയ്ത് പരുവപ്പെട്ടു വരുന്നതാണ് അവയുടെ പൂർണ്ണമായ നിർമ്മിതി.ആ അർത്ഥത്തിൽ നോവൽ എന്നതിനെ ഈ വിധത്തിൽ ഡീ-കൺസ്ട്രക്ട് ചെയ്യേണ്ടിയിരിക്കുന്നു.

നോവൽ

നോവ് = വേദന

എഴുത്തുകാർക്ക് നോവുന്നതെന്തോ, അഥവാ എഴുത്തുകാരുടെ സാഹിത്യ രചന = നോവൽ

ആ അർത്ഥത്തിൽ ഏകാന്തതയെക്കുറിച്ച് ഏത് എഴുത്തുകാരൻ എഴുതിയാലും അതൊരു 'നോവൽ' ആകും.

നോവൽ വേദനകളെ സംഭരിക്കുന്ന രചനാ പ്രക്രിയ കൂടിയാണല്ലോ.

flexibilism

പോസ്റ്റ്

...

പോസ്റ്റ്

മോഡേണിസം

മോഡേണിസം

post-post-post modern

neo-futurism

പോസ്റ്റ്

പോസ്റ്റ് eclectic

മോഡേണിസം

മോഡേണിസം

elasticism

പോസ്റ്റ്

മോഡേണിസം

ഇരുപത്തി ആറ്

പ്രണയ ലേഖന സാധ്യതകൾ...തുടരുന്നു..
അഞ്ച്-ശ്രീരാജ്

എന്തു കേട്ടാലും ശ്രീരാജ് ചിരിക്കുകയേ ഉള്ളൂ.

'ആയ്ക്കോട്ടപ്പാ...' നല്ല നാടൻ കണ്ണൂർ ഭാഷയിൽ അവനെന്തും സമ്മതിച്ചു തരും.

കാവേരി ശ്രീരാജിനോട് പ്രേമം പറഞ്ഞപ്പോഴും അതു തന്നെ സംഭവിച്ചു.

'ആയ്ക്കോട്ടപ്പാ..'

പിന്നാലെ മുഖത്തിന്റെ മുൻ നിഴൽ പോലെ ഒരു പുഞ്ചിരി!

ഞാൻ ഇവനോടിത് പറഞ്ഞു പോയല്ലോ എന്നു കയ്പ്പു കുടിച്ചു, കാവേരി.

ഇരുപത്തി ഏഴ്

എന്നാൽ ഈ സാധ്യതകളൊന്നും നടന്നില്ല.

ഒക്കെയും എന്റെ സങ്കൽപം മാത്രമായിരുന്നു.

എന്റെ മാത്രം സ്വപ്നങ്ങളായിരുന്നു.

മറിച്ച് ഒരേ ഒരു 'നടന്നേക്കാം..' സാധ്യത മാത്രമേ കാവേരി എന്ന മുപ്പതു വയസ്സുകാരി യുവതിക്കു മുന്നിലുണ്ടായിരുന്നുള്ളൂ.

അതു ഭാഗ്യവശാലോ നിർഭാഗ്യവശാലോ എന്നിൽ തന്നെ വന്നു നിന്നു.

ഞാൻ

എന്നാൽ ആബിദ്-ഈ കഥയിലെ നായകൻ

ചില

വായനക്കാർ

തല ചൊറിഞ്ഞ്

ഊഹാപോഹം

നടത്തും

പോലെ

അതു ഇവിടെ

നോ വ ലി സ്റ്റ്

അല്ല,

Sorry.

(നോവലിസ്റ്റ് ഇടയ്ക്ക് നോവലിൽ നുഴഞ്ഞു കയറുന്നതാണ് നിങ്ങളെ തെറ്റിദ്ധരിപ്പിക്കുന്നത്. ഞാൻ അതിൽ ക്ഷമ ചോദിക്കുന്നു: ആബിദിന്റെ കുറിപ്പ്)

അങ്ങനെയാണ് ആബിദ് കാവേരിയുടെ സ്വന്തമായത്

അതോ തിരിച്ചോ?

ഇരുപത്തി എട്ട്

കാവേരിയുടെ ആറു നൊസ്റ്റാൾജിയാ വൻകരകൾ

1. അവളുടെ രാവുകൾ

ആ ചലച്ചിത്രം കാണുമ്പോൾ കാവേരി പത്താം തരത്തിലേക്ക് ജയിച്ചിട്ടേ ഉള്ളൂ.തന്നിലെ പെണ്ണ് ഉച്ചത്തിൽ ചിരിക്കുന്നതു പോലെ അവൾക്കു തോന്നി പോസ്റ്ററിലെ സീമ ചേച്ചിയെ കണ്ടപ്പോൾ

2. വിരൽ ബ്രഷ്

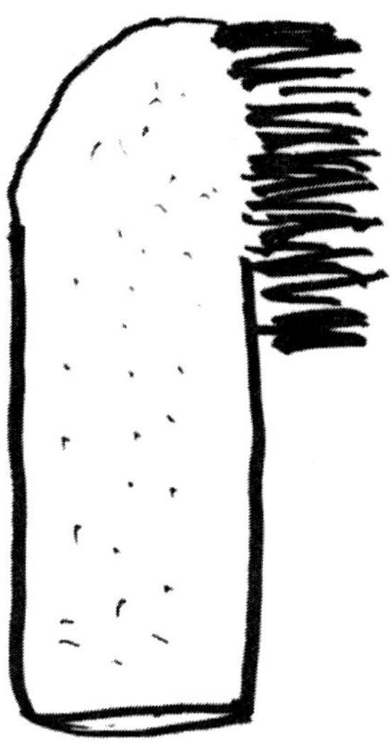

ദുബായിലെ അമ്മാവൻ ബോംബെയിൽ നിന്നു വാങ്ങിക്കൊണ്ടു കൊടുത്തത്. അമ്മയുടെ വിരലാണ് ആ വിരൽ ബ്രഷിന്റെ കൂടെ എന്നു കാവേരി സങ്കൽപിച്ചു

3. ബോബനും മോളിയും

താനും ആബിദുമാണതെന്ന് കാവേരിക്ക് പലവട്ടം തോന്നിയിട്ടുള്ളതാണ്. പല കാലങ്ങളിൽ പല സ്ഥലങ്ങളിൽ വളർന്നവെന്നേയുള്ളൂ. ബോബനും മോളിക്കുമുള്ള മാനസികപ്പൊരുത്തം തങ്ങൾക്കുണ്ട്-എന്നും എപ്പോഴും

4. കുഴിയാനകളുടെ ഉദ്യാനം

കുട്ടിക്കാലത്ത് കുഴിയാന കുഴി കയറി വരുന്നതും കാത്തിരിക്കുമായിരുന്നു കാവേരി.അവളുടെ പറമ്പിൽ നിറയെ കുഴിയാനകളുടെ ഉദ്യാനങ്ങളുണ്ടായിരുന്നു.പിന്നീട് സക്കറിയയുടെ അതേ പേരിലുള്ള ഒരു കഥ വായിച്ചപ്പോൾ അവൾക്കു വല്ലാതെ സങ്കടം വന്നു.

5. ടോട്ടോ-ചാൻ

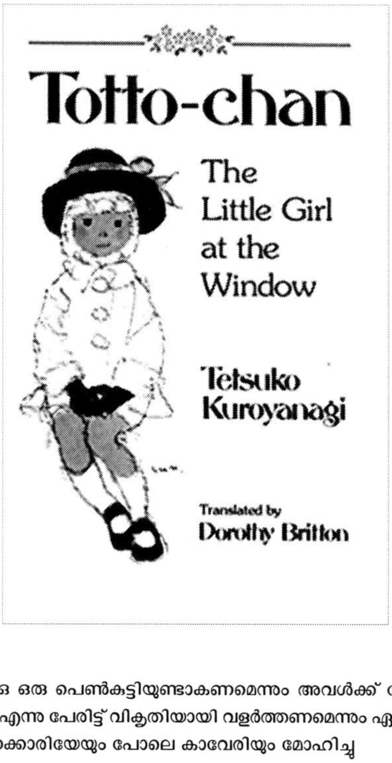

തനിക്കു ഒരു പെൺകുട്ടിയുണ്ടാകണമെന്നും അവൾക്ക് ടോട്ടോ-ചാൻ എന്ന പേരിട്ട് വികൃതിയായി വളർത്തണമെന്നും ഏതു നല്ല വായനക്കാരിയേയും പോലെ കാവേരിയും മോഹിച്ചു

6. പത്താം ക്ലാസിലെ ഓട്ടോഗ്രാഫ് പേജ്

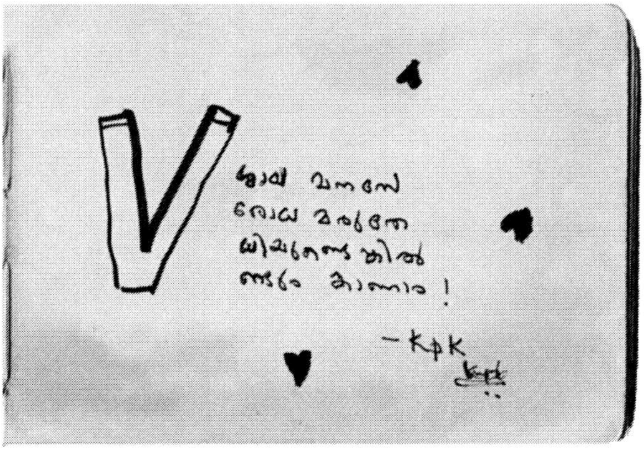

തൊണ്ണൂറുകളുടെ മദ്ധ്യത്തിൽ ജീവിച്ച എല്ലാ സ്കൂൾ കുട്ടികളേയും പോലെ പത്താം ക്ലാസിലെ തന്റെ ഓട്ടോഗ്രാഫ് പുസ്തകം കാവേരിക്കും അമൂല്യ നിധിയായി മാറി.

ഇരുപത്തി ഒമ്പത്

നാലാം അധ്യായത്തിൽ ആബിദ്..എന്നു വിളിച്ചു കൊണ്ട് കാവേരിയുടെ തണുത്ത കൈപ്പത്തി ആബിദിന്റെ ചുമലിൽ വീണിരുന്നല്ലോ.

ആബിദിന് എന്തോ സങ്കോചമുണ്ടെന്നും കല്യാണത്തിന്റെ ഒരുക്കം തുടങ്ങിയതു മുതൽ അത് അവന്റെ ശരീര ഭാഷയിലും സാമീപ്യത്തിലും പ്രകടമായിരുന്നെന്നും കാവേരിക്കു തോന്നി.

എടാ, ഞാൻ നിനക്കൊരു ബാധ്യതയായോ?

എന്നു വിറച്ചു കൊണ്ട് കാവേരി ചോദിച്ചു പോയി.

അരുതേ, എന്ന മട്ടിൽ ആബിദ് ആ വായ മൃദുവായി പൊത്തിപ്പിടിച്ചു.

ഇനി ഒരക്ഷരം കൂടി പറയരുതേ.

നമുക്ക് രണ്ടു പേർക്കും കുറച്ച് ഏകാന്തത ആവശ്യമാണെന്നു തോന്നുന്നു.

'കുറച്ചു ബ്രേക്കെടുത്താലോ കുഞ്ഞാ..'

എന്നു പറഞ്ഞ് കാവേരി ആബിദിനെ ഒറ്റയ്ക്കു വിട്ടു.

പിന്നീട് ദാ, ഇങ്ങനെ പതുക്കെ, തീരെ വേഗതയില്ലാതെ, ഒച്ചിനെപ്പോലും തോൽപിക്കും വിധത്തിൽ കടുത്ത, കുറേ ഏകാന്ത ദിനങ്ങൾ.

ഒന്നല്ല ഒന്നല്ല ഒന്നല്ല ഒന്നല്ല ഒന്നല്ല ഒന്നല്ല ഒന്നല്ല ഒന്നല്ല ഒന്നല്ല ഒന്നല്ല ഒന്ന

ല്ല രണ്ടല്ല രണ്ടല്ല രണ്ടല്ല രണ്ടല്ല രണ്ടല്ല രണ്ടല്ല രണ്ടല്ല രണ്ടല്ല രണ്ടല്ല രണ്ടല്ല രണ്ടല്ല രണ്ടല്ല രണ്ടല്ല ര

് മൂന്ന് മൂന്ന് മൂന്ന് മൂന്ന് മൂന്ന് മൂന്ന് മൂന്ന് മൂന്ന് മൂന്ന് മൂന്ന് മൂന്ന് മൂന്ന് മൂന്ന് മൂന്ന് മൂന്ന് മൂന്ന് ന്ന് മൂന്ന് മൂന്ന്ന്

ാല്..4..4.....നാല്..നാല്...നാല്..4..4.. ...നാല്..നാല്...നാല്..4..4..നാല്..4..4.. നാല്..നാല്

ാല്..നാല്എന്നിങ്ങനെ സൂപ്പർ സുഖമുള്ള അഞ്ച്.. മനോഹര ഏകാന്തദിനങ്ങൾ. പരസ്പരം മിണ്ടാതെ, എന്നാൽ ആവശ്യത്തിന് തൊടലുകളിലൂടേയും വിരൾ സ്പർശങ്ങളിലൂടെയും സംസാരിച്ച ആ ദിവസങ്ങൾക്കൊടുവിൽ ആബിദ് പറഞ്ഞു: മതിയാക്കു കാവേരി..എനിക്കിപ്പോൾ നിന്നെ ശരിക്കും മനസിലായിക്കഴിഞ്ഞു.

മുഷത്

കവർച്ച, കൊലപാതകം, ബലാൽസംഘം, കിഡ്നാപ്പ്, പെൺകുട്ടികളെ ഭീതിപ്പെടുത്തും മട്ടിൽ ഫോളോ ചെയ്യൽ, മിനറൽ വാട്ടർ, ബീഡി, രോജാ പാക്ക്, പായസം, ലഡു, കാരറ്റ് ഹൽവ, മത്തി ബിരിയാണി, ബ്ലേഡ്, മൂർച്ചയുള്ള പ്രതലം, വലിയ കെട്ടിടങ്ങളുടെ പേടിപ്പെടുത്തുന്ന ഉയരം, ഒറ്റയ്ക്ക് സിനിമ കാണൽ, മാഷേ..വിളി, അഴക്ക്, പൊടി, ഇടയ്ക്കിടെയുള്ള sorry പറച്ചിൽ, ഒരേ ശൈലി, കള്ളപ്പേരിൽ പത്രാധിപർക്ക് കത്തെഴുതൽ, ഷോക്കടിക്കുന്നത്, ഉത്തരാധുനികത, ക്ഷോഭം, തിരസ്കാരം, കപട ഗൗരവം, പത്ര മാസികകൾക്ക് അയച്ച കവിതകൾ തിരിച്ചു വരുന്നത്, സ്ഥല പരിമിതി, പോസ്റ്റു മോർട്ടം, വിഷാദം, ദുഖം, തന്ത്രം, ജിന്ന്, പ്രേതം, പിശാച്, മൗലികത, തൊമ്മി ചമയൽ, ഗോസ്റ്റ് റൈറ്റിംഗ്, സ്ക്രിപ്റ്റ് റൈറ്റിഗ്, തുടർക്കഥ, മിനിക്കഥ, സിനിമാക്കഥ, കപട ലൈംഗികത, ബ്ലൂ ഫിലിം, മുത്തു

ച്ചിപ്പി, ബാർബർ, ഹാർബർ, ബർഗർ, മൗലികവാദം, റെററിസം, വ്യാജ പ്രതീതി, പർദ, കാവി, കട്ടം കറുപ്പ്, സേയ്ഫ്റ്റി പിൻ*, ച്യയിം ഗച്ച്വവ, വായ്നാറ്റം, കുഴി നഖം, മുഖക്കുരു, വയറുവേദന, ജലദോഷത്തു മ്മൽ, ടൈംപീസലാറം, ജനാലക്കരച്ചിൽ, ചിരട്ട മോറൽ, കടലാസു കീറൽ, പപ്പൻ മാഷ്, അണ്ടർ വെയർ, കഷായം, ഉപ്പു കഞ്ഞി, ആം ആദ്മി ചൂൽ, കസേര പിടുത്തം, ബസു കാത്തു നിൽക്കൽ, ആളുമാറി വിളിക്കൽ, പൊലീസ് സ്റ്റേഷൻ, ഫയർ സ്റ്റേഷൻ, സർവീസ് സ്റ്റേഷൻ, കംഫർട്ട് സ്റ്റേഷൻ.

ഇരട്ട നിലപാട്, ഇരട്ടവര, ഇരട്ടക്കുഴൽ, ഇരട്ട ജീവിതം, ഇരട്ടപ്പഴം, പെൺ പൂച്ച, അയലത്തല, ചുള്ളിക്കമ്പ്, ചുള്ളിക്കാട്, കുളിക്കാതെ ജോലിക്കു പോകൽ, പല്ലു തേക്കാതെ കിടക്കൽ, പുത യ്ക്കാതെ ഉറങ്ങൽ, ഉണരാതെ അഭിനയിക്കൽ, ഒറ്റ ലോട്ടറി, ഓലപ്പ ടക്കം, ഓലപ്പാമ്പ്, ഓല മെടയൽ, fab india കുർത്ത, ഖദർ ജുബ്ബ, സിൽക്കു കുപ്പായം, സിൽസിലാ പാട്ട്, ചിക്കൻ ഗുനിയാ, സന്തോഷ് പണ്ഡിറ്റ്, കയ്പക്ക, കോവക്ക, കാരയ്ക്ക.

*സെയ്ഫ്റ്റി പിൻ:ഒട്ടും സെയ്ഫല്ലാത്ത ഒരുപാട് ഇനം പിന്നുകളിൽ നിന്നാണ് ആധുനിക സെയ്ഫ്റ്റി പിൻ ഉണ്ടായത്.1849-ൽ അമേരിക്കക്കാരനായ വാൾട്ടർ ഹണ്ട് ആണ് സെയ്ഫ്റ്റി പിൻ കണ്ടു പിടിച്ചത്.വെറും 15 ഡോളറിന്റെ കടം വീട്ടാനായിരുന്നു ആ കണ്ടു പിടുത്തം. ഇറ്റലി, ഗ്രീസ് തുടങ്ങിയ പല രാജ്യങ്ങളിലും പ്രാചീന കാലം മുതലു തന്നെ ലോഹം കൊണ്ടുള്ള പിന്നുകൾ പ്രചാരത്തിലുണ്ടായിരുന്നു.കുത്തിയതിനു ശേഷം മുന മറച്ചു ലോക്ക് ചെയ്യുന്ന ഹണ്ടിന്റെ പിന്നുകൾക്ക് കാലക്രമത്തിൽ ഒട്ടേറെ പരിഷ്കാരം വന്നെങ്കിലും അടിസ്ഥാന ഘടകം ഇന്നും അദ്ദേഹത്തിന്റെ സെയ്ഫ്റ്റി പിൻ തന്നെയാണ്. പതിനാലാം നൂറ്റാണ്ടിൽ ആഴ്ചയിൽ രണ്ടു ദിവസം ഒഴികെ ബാക്കി ദിവസങ്ങളിലെല്ലാം പഴയ പിന്നു കൾക്ക് ഇംഗ്ലണ്ടിൽ വിൽപന നികുതി ചുമത്തിയിരുന്നു.

ഒളിഞ്ഞു നോട്ടം, വായ് നോട്ടം, കൈ നോട്ടം, പകർത്തിയെഴുത്ത്, കട്ട് ആന്റ് പേസ്റ്റ് ചെയ്യൽ, പാത്രം കഴുകൽ, തുണിയലക്കൽ, ഇസ്തിരിയിടൽ, ഭക്ഷണം ബാക്കിയാക്കൽ, സിനിമ തുടങ്ങിയതിനു ശേഷം മാത്രം തിയറ്ററിൽ എത്തൽ, അവസാന പേജുകളില്ലാത്ത നോവൽ വായിക്കൽ, ഇരുട്ടു യാത്ര, ഓട്ടക്കൈ, ഓട്ടക്കുട, ഉപ്പു സോഡ, കയ്പു ചായ, തട്ടിപ്പു പുസ്തകം, സെലിബ്രിറ്റി സ്റ്റാറ്റസ്, സൊസൈറ്റി ലേഡീസ്, വിശ്വ സുന്ദരി, വിഡ്ഢിത്തം, എച്ചിൽക്കണക്ക്, കീശ കാലി ചമയൽ, ലോക്കൽ കോമഡി, മരണ വീട്ടിലെ സംസാരം, ചളിയടിക്കൽ, മഹത്വത്തെ വാഴ്ത്തൽ, കാരുണ്യത്തെ പുകഴ്ത്തൽ, നിരന്തരം അവാർഡ് വാങ്ങൽ, അമിതമായ ശുഭാപ്തി വിശ്വാസം, ഭാവിയെ നോക്കി ജീവിക്കൽ, കാശുകാത്തു കാത്തു സൂക്ഷിക്കൽ, ഷക്കീല, ഷവർമ്മ, കുഴി മന്തി, മൊബൈൽ കരച്ചിൽ.

ഇങ്ങനെ വേണമെങ്കിൽ നാലു ദിവസം മുഴുവൻ റെക്കോർഡു ചെയ്യാവുന്ന തരത്തിൽ അനിഷ്ടങ്ങളും താൽപര്യമില്ലായ്മകളും ഉണ്ടായിട്ടും തങ്ങളുടെ മൗനമുടഞ്ഞ ആ രാവിൽ ആബിദ് ഒരൊറ്റ ഇഷ്ടം മാത്രം പ്രവർത്തിച്ചു:

എത്രയോ കാഴ്ചകൾ ഉറങ്ങിക്കിടക്കുന്ന കാവേരിയുടെ കൺപോളകളിൽ അവൻ അമർത്തി ചുംബിച്ചു.

ജീവിതത്തെക്കുറിച്ച് ആർത്തിയോടെ ചിന്തിച്ചു കൊണ്ട് തങ്ങളുടെ ശരീരങ്ങൾ ഏറെ കരുതലോടെ അവർ ചേർത്തു പിടിച്ചു, അതിനു ശേഷം.

പഠനം

പരീക്ഷണ നോവൽ കലയുടെ പുതുകാല ഉരുക്കു യുക്തികൾ

സുനിൽ. സി.ഇ.

നോവലിന്റെ പഠനമുറികളെ അടിതെറ്റിക്കുന്ന ഭാവനാ നിർമ്മിതിയുടെ കാലമാണിത്. ജീവിതത്തിന്റെ അർത്ഥത്തെ വരച്ചുകാണിക്കുക എന്ന ദൃശ്യദൗത്യമായി നോവൽ ഇപ്പോൾ വികസിക്കുകയാണ്. ഈ സാഹിത്യ രൂപം എഴുത്തുകാരന്റെ നെഞ്ചിൽ പിടിച്ച ഭാവനയായി മാറിക്കഴിഞ്ഞു. അതു വാക്കുകളേക്കാൾ ഉച്ചത്തിൽ സംസാരിക്കുന്നു. ആശയദാഹികളായ വായനക്കാരെ സൃഷ്ടിക്കാൻ ഉരുക്കു യുക്തികളുടെ ഒരു കാലത്ത് കാഴ്ച പെരുപ്പങ്ങൾക്കേ കഴിയൂ. ചില നോവലുകളുടെ പടർന്ന കാഴ്ചകൾ കൊണ്ട് അതിനാവുന്നു. ഫിക്ഷന്റെ ഈ പ്രത്യേകതരം ഭരണകൂടത്തിൽ ഇപ്പോൾ ഏറ്റവും അധികം ഉള്ളത് വിദേശ പുസ്തകങ്ങളാണ്. അവയ്ക്ക് ആശയങ്ങളുടെ ഭാരമില്ലെന്ന് നമ്മുടെ പാരമ്പര്യ പ്രചാരകർ ഒരുപക്ഷേ പ്രഖ്യാപിച്ചേക്കും. അതു ഭാവുകത്വമാറ്റത്തെ നാടുകടത്തലാണ്.

പുതിയ കാലത്ത് പേന മാത്രമല്ല ഇനി എഴുത്തുകാരന്റെ വസ്തു. ഭാവുകത്വമാറ്റകാലത്തെ ഫിക്ഷൻ നിർമ്മാണത്തിന് സ്കെയിലും പെൻസിലും ഇറേസറും അങ്ങനെ പല സാമഗ്രികളും ആവശ്യമാണ്. ഈ സാമഗ്രികളൊക്കെയും രചനാപരമായ ബോധങ്ങളായി മാറിയത് ഫ്ലെക്സിബിലിസകാലമെന്ന് വിശേഷിപ്പിക്കപ്പെടുന്ന ഒരു ലിഗ്വസ്റ്റിക് ഇലാസ്റ്റികതയുടെ ഭാഗമായാണ്. വിരസമായ യാന്ത്രികരചനകൾക്ക് പുറത്തേയ്ക്കു പോകാൻ ഈ അയഞ്ഞ എന്നാൽ ഒരുപാട് അർത്ഥങ്ങൾ കൊണ്ട് മുറുകിയ കാലബോധം ആവശ്യമാണ്. പേനയോടൊപ്പം മാത്രമായിരുന്ന എഴുത്തുകാരന്റെ സഹശയനത്തെ വിസ്തൃതമാക്കുന്ന ഈ പ്രവണത നോവൽ കലയുടെ ഉരുക്കു യുക്തികളെയാണ് തട്ടിമറിക്കുന്നത്. മലയാള സാഹിത്യത്തിൽ ഈ രീതിയിലുള്ള ഒരു മേതിലീയൻ സരസ്വതിയെ സൃഷ്ടിക്കൽ അത്ര എളുപ്പം നടക്കുമെന്ന്

നാം വിശ്വസിച്ചിരുന്നില്ല. എന്നാൽ അതിപ്പോൾ സംഭവിച്ചിരിക്കുന്നു!

ക്രമം തെറ്റി സൃഷ്ടിക്കപ്പെടുന്ന ഏതു സൃഷ്ടിയും അലങ്കോലപ്പെടലിന്റെ മനഃശാസ്ത്രത്തെയാണ് പിടിച്ചുകൊണ്ടു വരുന്നത്. അപ്പോഴും ആ മനഃശാസ്ത്രത്തിനുള്ളിൽ കാലം പ്രബലമായി എഴുന്നു നിൽക്കും. അതിൽ ജീവിതത്തിനുള്ള സൗന്ദര്യശിൽപങ്ങൾ ഉണ്ടാവും. ഭാവനയുടെ പലതരം ഗൂഢാലോചനക്കൂട്ടങ്ങളിൽ നിന്നാണ് അത്തരം സൗന്ദര്യങ്ങൾ സൃഷ്ടിക്കപ്പെടുന്നത്. ചരിത്രത്തെ പിടിച്ചുലയ്ക്കുന്ന ഭാവനയുടെ ക്രമം സൃഷ്ടിക്കാൻ ചില താറുമാറാകലുകൾ ആവശ്യമാണെന്ന് ചില പരീക്ഷണരചനകൾ മുമ്പും മലയാളത്തിൽ തെളിയിച്ചിട്ടുള്ളതാണ്. പരീക്ഷണത്തിനുപയോഗിക്കുന്ന ടൂളുകളെ പുസ്തകങ്ങളെപ്പോലെ തന്നെ അട്ടിയട്ടിയായി വെച്ചിരുന്ന എഴുത്തുകാരനാണ് മേതിൽ. അതിനിടയിലാണ് വൈവിധ്യപൂർണ്ണവും വൈരുദ്ധ്യപൂർണ്ണവുമായ ഭാവനയുടെ ഉന്നതപീഠങ്ങൾ കുന്നുകൾ പോലെ കൂടിക്കിടന്നത്. നോവലിന്റെ കലയിൽ ഒരു തർക്കാതീത ലോകമുണ്ടെന്ന് ധ്വനിപ്പിക്കാൻ എപ്പോഴും ഇത്തരം ശ്രമങ്ങൾക്കു കഴിഞ്ഞിരുന്നു. ഒരർത്ഥത്തിൽ നോവൽകലയ്ക്കുള്ളിലെ സ്തബ്ധാവസ്ഥയെ പൊളിക്കാൻ ഇത്തരം പരീക്ഷണങ്ങൾക്കാവുന്നുണ്ട്.

ഒരു വായനക്കാരനും നിരൂപകനുമെന്ന നിലയിൽ ബുദ്ധിയെ പടിഞ്ഞാറോട്ട് തിരിച്ചുനോക്കിയപ്പോൾ അത്തരം ചില കൃതികളെ കണ്ടെടുക്കാൻ ഈ പഠനമെഴുത്തുകാരനു കഴിഞ്ഞിട്ടുണ്ട്. അതു ജീവിതമെന്ന മാനവിക പ്രഹസനത്തെ ഒരേ സമയം നിഷേധിക്കലും സ്വീകരിക്കലുമാണ്. ഒരു ശല്യക്കാരിയായ സെറി ബ്രക്കോഡ് ഇത്തരം എഴുത്തുകാരെ പുണർന്നു കിടക്കുന്നുണ്ട്. ഒരു പാറ്റേണിന്റെ മാത്രം സംരക്ഷണയിൽ കഴിഞ്ഞുകൂടാൻ വിസമ്മതിക്കുന്ന എഴുത്തുകാർ ഇപ്പോൾ നമുക്കുമുണ്ട് എന്നാണ് ഇത്രയും ആമുഖമായി പറഞ്ഞതിന്റെ ചുരുക്കം.

ഒരു വെളിപാടിനേക്കാൾ ഭാവന നൽകുന്ന ഒരു ശിക്ഷണമായി വേണം ഇതിനെ നാം മനസ്സിലാക്കാൻ. ഭാവനയുടെ നിസ്സാരമായ ഒരു നമ്പർ ലോക്കിലേക്ക് പ്രവേശിക്കാൻ ഒരുങ്ങുമ്പോൾ എഴുത്തുകാരന് ലഭിക്കുന്ന താക്കീതായി വേണം നാം അതിനെ മനസ്സിലാക്കാൻ. ഇതു നോവലിന്റെ നവ-വിനിമയകാലമാണ്. പ്രഖ്യാപിത നിർവചനങ്ങൾക്കെതിരെ ഭാവനയെ സഞ്ചരിപ്പിക്കുകയെന്നത് ലിംഗ്വിസ്റ്റിക് ഇലാസ്റ്റിസിസം നൽകുന്ന സ്വാതന്ത്ര്യമാണ്. നോവലിന്റെ പുതിയ ബോധത്തിൽ നടുങ്ങുന്നവർക്കു മാത്രമേ ഈ അയഞ്ഞ കാലത്തെ എഴുത്തു ജീവിതത്തെ പ്രോജ്വലിപ്പിക്കാനാവൂ. ഈ രീതിയിലുള്ള സർഗാത്മക പദ്ധതികൾ ഫ്ലെക്സിബിലിസകാലത്തിന്റെ പ്രധാന

വശ്യതയായി മാറിക്കഴിഞ്ഞു.

പരീക്ഷണകലയുടെ രക്തവും മണ്ണും എപ്പോഴും ചൂടാക്കപ്പെടുമെന്ന് ഞാൻ വിശ്വസിക്കുന്നില്ല. ഒരാൾ മേതിലോ കെ. പി നിർമ്മൽകുമാറോ ഒക്കെയായി തീരാൻ ആഗ്രഹിക്കുന്നെങ്കിൽ പരീക്ഷണത്തിന്റെ വംശവിശുദ്ധിയിൽ തന്നെ കിടക്കാൻ വിധിക്കപ്പെടുകയാണ് ചെയ്യുന്നത്. അപ്പോഴും ഒരെഴുത്തുകാരന്റെ സ്വയംബോധത്തിനുള്ള പരിചരണമായി പരീക്ഷണകല മാറുന്നു. അപ്പോൾ ഉയർന്നു വരുന്ന പ്രധാനപ്പെട്ട രണ്ടു പദങ്ങൾ ഇവയാണ് :-

1. സൃഷ്ടി
2. നിർമ്മിതി

തർക്കം വേണ്ട. പരീക്ഷണകല സൃഷ്ടിയല്ല. അതു ഭാഷയുടെ എൻജിനിയറിംഗാണ്. അതൊരുതരം തത്വചിന്താ നിർമ്മാണങ്ങളാണ്. നിർമ്മിതിക്കു പിന്നിൽ സൃഷ്ടിയുടെ ഉപരിപ്ലവതയെ റദ്ദു ചെയ്യുന്ന കല സംഭവിക്കുന്നു. ലോക പ്രശസ്ത പഴഞ്ചൊല്ലാണല്ലോ നല്ല ഉുവലുകൾ നല്ല പക്ഷിയെ സൃഷ്ടിക്കുമെന്നത്. ശരിയാണ്. അപ്പോഴും നല്ല ഉുവലുകൾക്ക് മറ്റു പലതുമാകാൻ കഴിയുമെന്ന ഒരു തത്വബോധം ആ പഴഞ്ചൊല്ലിലുണ്ട്. ഉുവൽ ഉുവലായി നിന്നുകൊണ്ട് പരസഹായത്തോടെ മറ്റു പലതുമാകുന്ന പ്രവണതയാണ് നിർമ്മിതി. ഇത്തരം ഒരു ചിട്ടവിട്ട നിർമ്മിതി കാലം ആവശ്യപ്പെടുന്നു. നോവലിനെ പരീക്ഷണത്തിന്റെ നീറ്റുചൂളയിൽ ഇട്ട് രൂപമാറ്റത്തിന് വിധേയപ്പെടുത്തണമെങ്കിൽ ഫിക്ഷനിസ്റ്റ് ഒരു തത്വചിന്തകനായിരിക്കണം. ഇരുട്ടിൽ നിന്ന് ഇല്ലാത്ത വെളിച്ചത്തെ പിടിച്ചുകൊണ്ടു വരുന്നവനാണ് തത്വചിന്തകൻ. ഇതു നോവലിന്റെ നിർമ്മാണ കലയിലും ആവശ്യമാണ്. ഉള്ളിൽ രൂപപ്പെടുന്ന രീതിയിൽ എഴുതുമ്പോഴാണ് ഒരു കൃതി ജൈവ പ്രകൃതി പ്രകടിപ്പിക്കുന്നത്. നോവൽകലയിലെ പരീക്ഷണങ്ങൾക്ക് ജൈവപ്രകൃതിയിൽ നിലനിൽക്കാൻ സാധിക്കുമെന്ന് മേതിലിന്റെയൊക്കെ രചനകൾ നമുക്ക് പറഞ്ഞു തന്നു. അയ്യപ്പപ്പണിക്കരുടെ കവിതകളും വി. എം. ദേവദാസിന്റെ 'ഡിൽഡോ' എന്ന നോവലും ഒക്കെ ആ രീതിയിൽ നാം സ്വീകരിച്ചിട്ടുമുണ്ട്.

അതേ സമയം പരീക്ഷണ കലയുടെ ജ്ഞാനം നോവലിൽ അസംഭവ്യമാണെന്ന് പ്രചരിപ്പിച്ചത് പടിഞ്ഞാറൻ സാഹിത്യം വായിക്കാത്ത ഇവിടുത്തെ കിഴവൻമാരായ നിരൂപകൻമാരാണ്. അസന്തുഷ്ടമായ കാര്യങ്ങൾക്ക് ഒരു പ്രത്യേക വശ്യതയുണ്ടെന്ന് നാം മനസ്സിലാക്കണമെങ്കിൽ നോവലിന്റെ കലയിൽ ഒരു വഴിമാറി നടത്തം ആവശ്യമാണ്. പരീക്ഷണം എഴുത്തുകാരന്റെ പ്രക്ഷുബ്ധമായ ധ്യാനമാണ്. ഭാവനയുടെ നവ-ബലപരീക്ഷണമാണിത്. ഇതിനെ

നിഷേധിക്കുകയും നിരാകരിക്കുകയും ചെയ്യുന്നവരെ നോവൽകലയുടെ ശവക്കുഴി തോണ്ടികളെന്നു വിളിക്കേണ്ടി വരും. തർക്കങ്ങളുടെ ഗർവ്വാണ് ചില വിദേശകൃതികളെ ലോകശ്രദ്ധയിലേക്ക് നയിച്ചത്. ഇത്തരം ഒരു പരീക്ഷണനിർമ്മിതിയിൽ നാം ആകൃഷ്ടരാകണമെങ്കിൽ ഒരുപാട് അന്വേഷണങ്ങളുടെ അദ്ധ്യായങ്ങൾ നാം സൈക്കോതെറാപ്പിസ്റ്റ് വിധേയമാക്കണം.

ഒരു പരീക്ഷണകലയും തൽക്ഷണ രചനയല്ല. അതു തീവ്രമായ ബൗദ്ധിക ജാഗ്രതയുടെ ഉൽപന്നമാണ്. അതിൽ മിന്നിത്തിളങ്ങുന്ന നാം കാണാത്ത ഒരുപാട് കണ്ണുകൾ ഉണ്ട്. നോവൽകലയുടെ ഉരുക്കു യുക്തികൾക്കിടയിൽ സൂക്ഷ്മതയോടെ തിരച്ചിൽ നടത്താനുള്ള കണ്ണുകളാണവ. എഴുത്തുകാരന്റെ പരീക്ഷിച്ചുനോക്കാനുള്ള ഭാവന, ഭാഷയുടെ പ്രഭുത്വശക്തിയാണ്. ആ പ്രഭുത്വശക്തി വിദേശകൃതികളിൽ നിർവ്യാജമായി എങ്ങനെ പ്രവർത്തിക്കുന്നുവെന്ന് മനസ്സിലാക്കായാൽ മാത്രമേ മലയാളത്തിലെ പരീക്ഷണകലയുടെ ദാർശനിക മാനവികത നമുക്ക് മനസ്സിലാകുകയുള്ളൂ. സാഹിത്യ രചനകളിൽ വെറുതെ കുറച്ച് അലങ്കാരപ്പണികൾ നടത്താനല്ല അവരൊന്നും ശ്രമിച്ചിട്ടുള്ളത്. മറിച്ച് നോവൽ കാണാൻ കൂടിയുള്ള വിഭവമാണെന്ന വാദത്തെ സാക്ഷാൽക്കരിക്കുകയാണ് അവർ ചെയ്തിട്ടുള്ളത്.

ഫിഗർ 1

15,570
Total responses
3,099

in our Gmail Inbox
3,000

messages in our Tumblr inbox
58

'physical' letter by snail mail
7,924
words for 'love' on instagram

1,489

tweets

#thismodernlove

-This modern love/will darby shire

ഫിഗർ 2

2 nother
girl
born,
family
tree
axed.

#axe/rakshit bajaj
(from "terribly tiny tales")

ഫിഗർ 3

DAILY HEALTH LOG

madeline whittier
Patient Name

May 2
DATE

Dr. Pauline Wgittier
CARE TAKER

0002921

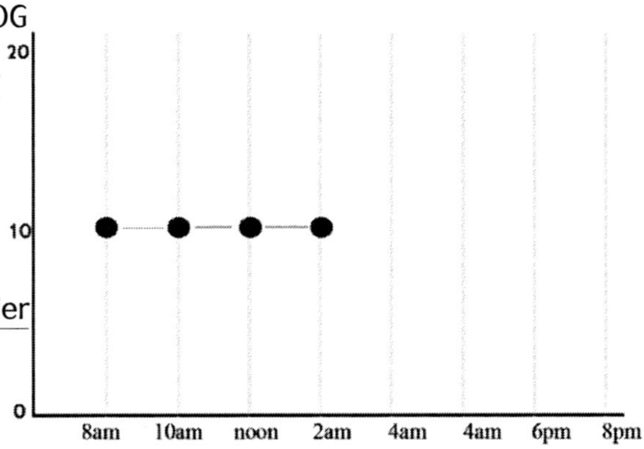

-Nicola Yoon (Everything Everything

ഈ ഫിഗറുകൾ നോവൽ കലയിലെ അലങ്കാരപ്പണിയുടെ പാഠങ്ങളല്ല. രൂപത്തെ സംബന്ധിക്കുന്ന തർക്കവുമല്ല. അത് സാഹിത്യത്തിന്റെ പ്രാദേശിക യാഥാർത്ഥ്യങ്ങളാണ്. നോവൽ കാണാൻ കൂടിയുള്ളതാണ് എന്നു പറയുന്ന ശൈലിയുടെ പ്രേരണയാണിത്. ഇതു ചിഹ്നങ്ങളിലൂടെയും ചരിവുകളിലൂടെയും നോവലിനെ കണ്ടെത്താനുള്ള പാഠങ്ങളാണ്. ഒന്നാമത്തെ ഫിഗർ പുതിയ മാധ്യമത്തിന്റെ ശരീര രൂപമാണെങ്കിൽ ഫിഗർ രണ്ടിൽ നാം കാണുന്ന ചരിവ് ഒരു കോടാലിയുടെ വളവായിട്ടാണ്. മൂന്നാമത്തെ ഫിഗർ 'ആരോഗ്യമാണ് സമ്പത്ത്' എന്ന് നോവലിന്റെ ആദ്യന്തം ഓർമ്മിപ്പിക്കുന്ന Nicola Youni ന്റെ Everything Everything ലെ രണ്ടു അധ്യായങ്ങളാണ്. ഈ വിദേശമായ ആഖ്യാന തന്ത്രങ്ങളെ അപ്പാടെ കോപ്പിയടിക്കണമെന്നല്ല ഈ പറയുന്നതിന്റെ പൊരുൾ. കഥാപാത്രങ്ങളെ സ്വയം പ്രവർത്തിക്കാൻ വിട്ടുകൊടുക്കുന്നതോടൊപ്പം എഴുത്തുകാരനും അതിന്റെ ഭാഗമാകുന്നതിന്റെ പ്രാഥമിക ലക്ഷണമാണിത്. ഇതു ഭാവി നോവലിനുള്ള അസ്ഥിവാരം ഉറപ്പിക്കലായി നാം മനസ്സിലാക്കേണ്ടതുണ്ട്.

ബൃഹദാഖ്യാനങ്ങളിൽ നിന്നും വായനക്കാരൻ അകലാൻ പോകുകയാണ് എന്നാണ് ഇതു നൽകുന്ന സൂചന. അവനു വേണ്ട ചരിത്ര അറിവുകൾ ന്യൂ മീഡിയയിൽ നിന്നു ലഭിക്കും. അപ്പോൾ പിന്നെ ചരിത്രത്തിന്റെ വലിയ ഖണ്ഡങ്ങൾ നോവലിനുള്ളിൽ ഇൻബിൽറ്റ് ചെയ്യേണ്ടുന്ന കാലം അസ്തമിക്കുകയാണ്. അങ്ങനെ വരുമ്പോൾ ഫിക്ഷന്റെ പൂർണ്ണവളർച്ച എന്നു പറയുന്നത് ലഘു ആഖ്യാനത്തിലേക്ക് ചുരുങ്ങും. അപ്പോൾ ഗ്രാഫുകളെ ആശ്രയിക്കേണ്ടിവരും. വായനയ്ക്കുള്ള വിഭവങ്ങൾ കുറയും, കാണാനുള്ള വിഭവങ്ങൾ കൂടും. അതു ഫ്ലെക്സിബിലിസകാലത്തെയാണ് വിളംബരപ്പെടുത്തുന്നത്. ഇതു നോവലിന്റെ കലയിലെ മാന്ത്രിക റിയലിസമാണ്.

ഇത്തരം ഒരു മനസ്സ് പ്രവർത്തിക്കുന്നതുകൊണ്ടായിരിക്കണം ബെൻ ഓക്രിയുടെ പുതിയ പുസ്തകം പോലും പെയിന്റിംഗ് എന്ന കലയെ ആശ്രയിക്കുന്നത്. അതിലുള്ളത് ഇരുപത്തിയഞ്ച് ഫ്ളാഷ് ഫിക്ഷനുകളാണ്. അതെഴുതാൻ ബെൻ ഓക്രി എടുത്തത് അഞ്ചു വർഷമാണ്. പെയിന്റിംഗുകളുമുണ്ട്. അതു വരയ്ക്കാൻ റോസ് മേരി ക്യൂണി എടുത്തത് പത്തു വർഷങ്ങളാണ്. ചെറുതായതുകൊണ്ട് ഇതൊരു അമച്വർ/ അപക്വ/ തട്ടിപ്പ്/ തട്ടിക്കൂട്ടു വർക്കാണെന്ന ആശങ്കയൊന്നും വിദേശ വായനക്കാർക്കില്ല. അവർ അവരുടെ നാടിന്റെ ആത്മാവിനെ തിരിച്ചറിയുന്നത് ആ നാട് ഉൽപാദിപ്പിക്കുന്ന സാഹിത്യത്തിലൂടെയാണ്. അപ്പോൾ സാഹിത്യം ക്രമരഹിതമാണെങ്കിൽ നാട് ക്രമരഹിതമാണെന്ന് അവർ ഉറപ്പിക്കുന്നു. എഴുത്തിലെ

കുത്തുകൾ എല്ലിച്ചാൽ, എഴുത്തിലെ അക്ഷരങ്ങൾ ചെരിഞ്ഞാൽ, ഒക്കെ അവരുടെ അർത്ഥമാന്ദ്യത്തെക്കുറിച്ചാണ് അവർ ആലോചിക്കുന്നത്. ഇതു മനസ്സിലാക്കാൻ ശേഷിയില്ലാത്ത ഇവിടുത്തെ 'അര' ബുദ്ധിജീവികളാണ് നമ്മുടെ നോവൽ കലയുടെ വികാസത്തെ മരവിപ്പിക്കുന്നത്.

ഡാനിയൽ ഹാന്റ് ലെറുടെ(Daniel Handler) ' വൈ വീ ബ്രോക്ക് അപ്' എന്ന നോവൽ അതിന്റെ അർത്ഥത്തെ വെളിച്ചപ്പെടുത്താൻ ഉപയോഗിക്കുന്നത് മായ്റ കൽമാന്റെ (Majra Kalman) പെയിന്റിംഗാണ്. ഇതിലെ 'One Latex Condom-Very Sensitive എന്ന പെയിന്റിംഗ് ലോകപ്രശസ്തമാണ്. ഈ നോവലിന്റെ സംക്ഷിപ്ത രൂപത്തെ അവതരിപ്പിച്ചിരിക്കുന്നത് ഒരു ഫ്രാജെെൽ ബോക്സിലാണ്. ആ ഫ്രാജെെൽ ബോക്സിന്റെ വ്യാഖ്യാനം ഉദ്ധരിക്കാൻ ഞാൻ നിർബന്ധിതനാകുന്നു.

This is the box. Ed. .
Inside is everything.

You either
have the
healing or
you Dont
FRANGiLE

Two bottle caps,
2 movie ticket from Greta in the wild
2 note from you,
2 box of matches
your protractor,
Joan's book,
The stolen suger,
2 toy truck,
those ugly earnings,

a comb from the motel,
and the rest of it.
This is it, Ed.
The whole story of why we broke up.

ഇത്രയും പോരെ പരീക്ഷണ കാലാവസ്ഥയിൽ നിന്നുണ്ടാകുന്ന ഒരു നോവൽ എന്തെന്ന് മനസ്സിലാക്കാൻ? ഡാനിയേലിന്റെ Why we broke up എന്ന നോവലിന്റെ ഈ സംഗ്രഹം ഇവിടെ ഉദ്ധരിക്കാനുള്ള പ്രധാന കാരണം വി. എച്ച് നിഷാദിന്റെ 'ഏകാന്തതയെകുറിച്ച് ഒരു നോവൽ കൂടി' എന്ന പുതിയ പുസ്തകമാണ്. മലയാള നോവലിന്റെ നമുക്ക പരിചിതമായ ഭൂമിശാസ്ത്രത്തെ തിരുത്തിയെഴുതാൻ ഈ പുതിയ സാഹിത്യ രചനയിലൂടെ നിഷാദ് ആഗ്രഹിക്കുന്നു. ഈ നോവലിൽ മനുഷ്യ ജീവിതങ്ങൾ ദൃശ്യവിശാലതയായി പ്രത്യക്ഷപ്പെടുകയാണ്. ഇതു നോവൽ കല എന്ന മാധ്യമത്തിനുള്ളിലെ മനുഷ്യപദ്ധതിയായയാണ് നാം മനസ്സിലാക്കേണ്ടത്.

നോവലിൽ അക്ഷരങ്ങളും വാക്യങ്ങളും തകിടം മറിയുന്നു. പുതിയ അർത്ഥകേന്ദ്രങ്ങൾ ഉണ്ടാകുകയും വാക്കുകൾ ഓരോരോ റിപ്പബ്ലിക്കുകളായി മാറുകയും ചെയ്യുന്നു. ഇതെഴുതിയ നിഷാദ് നോവൽ കലയുടെ നല്ല കാഴ്ചക്കാരനാണ്. കാണാനുള്ള ഭാഷയുടെ നല്ല സൽക്കാര സദസ്സാണ് 'ഏകാന്തയെക്കുറിച്ച് ഒരു നോവൽ കൂടി'. പൊരുത്തക്കേടുകളിലൂടെ അർത്ഥം സൃഷ്ടിക്കാനാണ് ഡാനിയൽ ശ്രമിച്ചത്. അതിനയാൾ പ്രയോജനപ്പെടുത്തിയത് ഒരു റിവേഴ്സ് കഥ പറച്ചിലാണ്. ഇവിടെ നിഷാദും ഒരു റിവേഴ്സ് പ്ലാനാണ് ഉപയോഗിച്ചിരിക്കുന്നത്. താൻ ജീവിക്കുന്ന കാലത്തിന്റെ ബഹുവർണ്ണാത്മകമായ യാത്രയെയും അതിനുള്ളിലെ ചരിത്രത്തെയും വികാര തീവ്രമായി കല്പന ചെയ്തുകൊണ്ടാണ് എഴുത്തുകാരൻ നോവലിൽ ഇടപെടുന്നത്. അതിനായി ഭാഷയിലെയും സംസ്കാരത്തിലെയും എല്ലാ അസംസ്കൃത വസ്തുക്കളെയും നിഷാദ് പ്രയോജനപ്പെടുത്തുന്നുമുണ്ട്. അതിനാലാണ് നോവൽ കലയുടെ ഉരുക്കുയുക്തികളെ ഭേദിക്കുന്ന ഒരു വായനയും കാഴ്ചയും ഈ നോവൽ ആവശ്യപ്പെടുന്നത്.

നോവലിന്റെ കലാസമൃദ്ധി

പുതുമയേറിയ ആവിഷ്കരണ കൗശലങ്ങളിലൂടെ പ്രാദേശികമായ പ്രമേയങ്ങളെ നോവലിസ്റ്റ് ഇവിടെ പുതുതായി മനസ്സിലാക്കിപ്പിക്കുകയാണ്. കൗതുകം എന്നതിനേക്കാൾ സൃഷ്ടിപരമായ ഒരു പ്രയത്നമാണിത്. മേൽവിവരിച്ച വിദേശ എഴുത്തുകാരുടെ ആഖ്യാനസങ്കേതങ്ങൾ ഈ എഴുത്തുകാരൻ കണ്ടിട്ടില്ല എന്നെനിക്കുറപ്പുണ്ട്. പക്ഷേ

അതിനെ ഒക്കെയും ഓർമ്മയായി ഇയാൾ ഇതിനകം മനസ്സിൽ കൊണ്ടു വന്നിരിക്കുന്നത് എന്നെ അത്ഭുതപ്പെടുത്തുന്നു. ഇതിൽ കലാസമൃദ്ധിക്കു വേണ്ടി ഉപയോഗിച്ചിരിക്കുന്ന ഫോട്ടോ പോലും ശകലിതമായ സ്മരണയല്ല. നമ്മുടെ നോവൽകലയുടെ സാമ്പ്രദായിക ഘടനയെ അഴിച്ചു പരിശോധിക്കാനുള്ള വഴിമരുന്നായി ഞാൻ ഈ നോവലിനെ വിലയിരുത്താൻ ആഗ്രഹിക്കുന്നു.

ഒറ്റ നോട്ടത്തിൽ പരസ്പരബന്ധമില്ലാത്ത അനേകം ജീവിത ദൃശ്യങ്ങളുടെ പ്രവാഹം നമ്മുടെ ബോധത്തിലേക്ക് കടന്നുവരുന്നു. അപ്പോഴാണ് നാം നോവലിന്റെ റിവേഴ്സ് പ്ലാനിലേക്ക് മടങ്ങേണ്ടത്. അവസാനഭാഗം ആദ്യം വന്നാൽ എന്താ കുഴപ്പം? ആരാണ് പറഞ്ഞത് നോവലിന് ആദ്യാന്തങ്ങൾ വേണമെന്ന്? കഴിഞ്ഞുപോയ കാര്യങ്ങൾ കാലക്രമത്തിൽ നാം ആരും ഓർമ്മിച്ചുവെയ്ക്കാറില്ലല്ലോ. ഓർമ്മക്കല്ലുകളുടെ സ്ഥലവിസ്തൃതി വർദ്ധിപ്പിക്കുന്നത് ചില കാഴ്ചകൾ തന്നെയാണ്. കാഴ്ചയുടെ അതിവിസ്തൃത സമുദ്രമാണ് ഹറുകി മുറകാമിയുടെ The Strange Library എന്ന നോവൽ. അതിലെ ചിത്രങ്ങളാണ് നോവലിനെ പിൻതാങ്ങുന്നത്. വിവിധയിനം കണ്ണടകൾ, പുസ്തകങ്ങൾ, താക്കോലുകൾ, ജീവികൾ, പക്ഷികൾ, പാദരക്ഷകൾ ഒക്കെ പെയിന്റിങ്ങിന്റെ രൂപത്തിൽ പ്രത്യക്ഷപ്പെടുകയാണ്. ഇതൊരു ലൈബ്രറിയെ എങ്ങനെ പരിചിതമാക്കുന്നുവെന്നത് ശ്രദ്ധേയമാണ്. അതൊരു ലൈബ്രറിയുടെ ചരിത്രബോധമാണ്. കണ്ണടകൾ പലരുടെ കാഴ്ചകളെ ഓർമ്മിപ്പിക്കുന്നു. താക്കോലുകൾ പുസ്തകഷെൽഫുകളെ അനുസ്മരിപ്പിക്കുന്നു. പാദരക്ഷകൾ പുറത്തഴിച്ചുവെച്ചിട്ട് ഒരു വിശുദ്ധ സ്ഥലത്തേക്ക്(ലൈബ്രറിയിലേക്ക്) പ്രവേശിക്കുന്നതിന്റെ സ്മരണ നിലനിർത്തുന്നു. അങ്ങനെ ഒരു സ്ട്രെയ്ഞ്ച് ലൈബ്രറിയുടെ മൊത്തെ ജീവിതത്തെ ആ നോവൽ പ്രതിനിധാനം ചെയ്യുന്നു. ഇതു പോലെ തന്നെയാണ് നിഷാദിന്റെ നോവലിലെ ഉപകഥകളും ഘടനയും ചിത്രങ്ങളും നോവലിന്റെ കലാസമൃദ്ധിയായി മാറുന്നത്.

ചരിത്രത്തിന്റെ ഭിന്നരൂപങ്ങൾ

പുതിയ നോവൽ സംസ്കാരം ചരിത്രത്തിന്റെ വാഹകരാണ്. കെ. ആർ മീരയുടെ 'ആരാച്ചാർ', സുഭാഷ് ചന്ദ്രന്റെ 'മനുഷ്യന് ഒരാമുഖം'. 'ടി. ഡി രാമകൃഷ്ണന്റെ 'സുഗന്ധി എന്ന ആണ്ടാൾ ദേവനായകി' ഒക്കെ ചരിത്രത്തിന്റെ ഭിന്ന രൂപങ്ങളാണ്. പക്ഷേ നിഷാദ് ഉപയോഗിക്കുന്ന ചരിത്രമാകട്ടെ ജീവിത രഹസ്യങ്ങൾ വിശദീകരിക്കാനുള്ള ചെറിയ ചെറിയ ചരിത്രബോധങ്ങളാണ്. ഒരു പരീക്ഷണ നോവലിൽ എങ്ങനെയാണ് ചരിത്രം ഇടം പിടിക്കുന്നത് എന്നതിന്റെ സാക്ഷ്യമാണ് ഇതിലെ ചരിത്രവ്യാഖ്യാനങ്ങൾ എന്നു കാണാനാകും. ഇതിൽ

വലന്റൈൻഡേയുടെ പിന്നാമ്പുറം എഴുതുമ്പോഴും സേഫ്റ്റിപിന്നിന്റെ ചെറുചരിത്രം എഴുതുമ്പോഴും അതു ജീവിതത്തിന്റെ അർത്ഥം വെച്ച വിശദീകരണങ്ങളായി മാറുന്നു. കാവേരി-ആബിദ് ബന്ധത്തിന്റെ ആഖ്യാന സങ്കേതം ഒരുക്കാനാണ് ഇവിടെ വലന്റൈൻഡേയുടെ ചരിത്രം നിഷാദ് പരാമർശിക്കുന്നത്. ഒരാശയത്തിന്റെ മാത്രം സംരക്ഷണയിൽ കഴിഞ്ഞുകൂടാൻ ഒരുക്കമല്ലാത്ത നോവൽകലയുടെ വശ്യതയാണ് ഇത്തരത്തിൽ ചെറിയ ചരിത്രഖണ്ഡങ്ങൾ കൊണ്ട് എഴുത്തുകാരൻ സാദ്ധ്യമാക്കുന്നതെന്നു കാണാം. സെയ്ഫല്ലാത്ത ഒരുപാട് തരം പിന്നുകളിൽ നിന്നാണ് സേഫ്റ്റിപിൻ ഉണ്ടായതെന്ന് നിഷാദ് രേഖപ്പെടുത്തുന്നുണ്ട്.

ഇങ്ങനെ ചരിത്രം എപ്പോഴും ഒരു അത്ഭുതബോധമായിട്ടാണ് നോവലിൽ ഇടം പിടിക്കേണ്ടത് എന്നതിന്റെ രേഖയായി ഇതു മാറുകയാണ്. ഫിക്ഷന്റെ കല ആവശ്യപ്പെടുന്നെങ്കിൽ മാത്രം ചരിത്രം എഴുതുക എന്നതാണ് പ്രധാനം. ഇവിടെ ചരിത്രം ആവശ്യമായ ഒരുപാട് ഇടങ്ങളെ വെട്ടിച്ചുരുക്കുകയും രണ്ടു ഭിന്നചരിത്രങ്ങൾ കൊണ്ട് പരീക്ഷണകലയുടെ ശുക്കം വർദ്ധിപ്പിക്കുകയും ചെയ്യുന്നു. നോവൽ ഒരു കാരണവശാലും ഒരാൾ പ്രയാസപ്പെട്ടു വായിക്കേണ്ടുന്ന കലയാകരുത് എന്ന് നിർബന്ധമുള്ള എഴുത്തുകാരനാണ് നിഷാദ്. നോവൽകലയിലെ ഭാഷയുടെ അധികാരത്തെ വിഭജിക്കാനാണ് ഈ എഴുത്തുകാരൻ ഇവിടെ ചരിത്രത്തെ ഒപ്പം വെയ്ക്കുന്നത്. നോവലിന്റെ കാലക്രമങ്ങൾ കീഴ്മേൽ മറിയുമ്പോഴും ചരിത്രത്തിന്റെ ഭിന്നരൂപങ്ങൾ ആ കലയെ ജനകീയമാക്കുന്നതാണ് നാം ഇവിടെ കാണുന്നത്.

ഫ്ലെക്സിബിലിസകാലത്തെ നോവൽ

ഫ്ലെക്സിബിലിസകാലത്തെ ആഖ്യാനകല വിദേശീയമായ ആഖ്യാനതന്ത്രങ്ങൾ ആയിരിക്കാം/അല്ലായിരിക്കാം. അപ്പോഴും അതിന്റെ ഉള്ളടക്കം പ്രാദേശിക യാഥാർത്ഥ്യങ്ങളായി മാറുന്നുവെന്നതാണ് വാസ്തവം. ഫ്ലെക്സിബിലിസകാലത്തെ അഥവാ അയഞ്ഞകാലത്തെ ഈ അതിവാസ്തവികതയാണ് നിഷാദിന്റെ 'ഏകാന്തതയെക്കുറിച്ച് ഒരു നോവൽകൂടി' എന്ന പുസ്തകം ചർച്ച ചെയ്യുന്നത്. സാമ്പ്രദായിക രീതികളുടെ തിരമുറിച്ചുകടക്കുന്ന ഈ നോവൽ മറ്റു പല നോവലുകളേക്കാളും സംവേദനവീര്യം കൂടിയ ഒന്നായി മാറുന്നു. അതു അയഞ്ഞ കാലം നൽകുന്ന സ്വാതന്ത്ര്യമാണ്. ഇതിൽ കാഴ്ചയുടെ മുഴക്കങ്ങൾ കേൾവിയുടെ മുഴക്കങ്ങളേക്കാൾ തീവ്രമായി പ്രവർത്തിക്കുന്നു. ഈ നോവൽ വിവരണത്തിൽ ഭാഷ കാഴ്ചയ്ക്കുള്ള വിഭവമാണെന്ന ആശയം രൂപപ്പെടുന്നുണ്ട്. അതിന് ഒരുപാട് ഉദാഹരണങ്ങൾ ഉണ്ട്. അതു ഉദ്ധരിച്ചേ മതിയാകൂ.

അധ്യായം-പതിനാറ്

ഈ നോവലിന് ഇത് എന്തുപറ്റി?
-ചിലയിടത്ത് ചിത്രം
-ചിലയിടത്ത് തിരക്കഥ
-ചിലയിടത്ത് വക്കുപൊട്ടിയ വാക്കുകൾ
മിണ്ടാതെ സഹിക്കുന്നതെന്തിന്?
വില കൊടുക്കേണ്ടിവരും
വലിയ വില കൊടുക്കേണ്ടിവരും.

....

(പൊതുജന ക്ഷേമ താൽപര്യാർത്ഥം പ്രസിദ്ധീകരിക്കുന്നത്) (പുറം 41)

-കാവേരി/ ആബിദ് എന്നിവരുടെ അനാട്ടമി
-ആബിദ് സ്വപ്നത്തിന്റെ ചിത്രം
-ആബിദ്/ കാവേരി പരീക്ഷാ ചോദ്യങ്ങളായി മാറുന്ന
-ഉപകഥകൾ
-ചിത്രങ്ങൾ
-ഓട്ടോഗ്രാഫ്
-സിനിമാ പോസ്റ്ററുകൾ
-തിരക്കഥാ ഫിക്ഷൻ

എന്നുവേണ്ട ഭാഷയുമായി ബന്ധപ്പെട്ട എല്ലാം ചിഹ്നങ്ങളും ഇതിൽ അർത്ഥം നിറച്ചുവെച്ചിരിക്കുന്ന തോക്കുകളായി മാറുന്നു. ഇതിനെയാണ് നാം സ്ലോവോജ് സിസേക്കിന്റെ fictional occurrences എന്നു വിശേഷിപ്പിക്കുന്നത്. സ്ലോവോജ് സിസേക്ക് എല്ലായിടത്തു നിന്നും അർത്ഥം തെറിച്ചുവരുന്ന മാനവിക തത്വചിന്തയായാണ് human philosophy അവതരിപ്പിക്കുന്നത്. നിക്കനർ പാർറെയുടെ കവിതാബോധങ്ങളും ഇതിലുണ്ട്. പുതിയ മനുഷ്യൻ ആരാണെന്ന് സ്വയം ബോധമില്ലാത്ത കാലത്താണ് ഒരു കുഞ്ഞു പദം കൊണ്ട് നിഷാദ് കവിത ഒരുക്കുന്നത്. "ഞാൻ ഒരു gmail. com ആണ്"

എന്നതാണത്. ഈ കാലത്തിന്റെ മുഴുവൻ അയഞ്ഞ സംസ്കാരത്തെയും ഈ കവിത ഏറ്റെടുക്കുകയും വിശദീകരിക്കുകയും ചെയ്യുന്നു. കാവേരിയുടെ നോവുകൾ അങ്ങനെ പലരൂപത്തിലാണ്. ഇതിൽ പ്രത്യക്ഷപ്പെടുന്നത്.

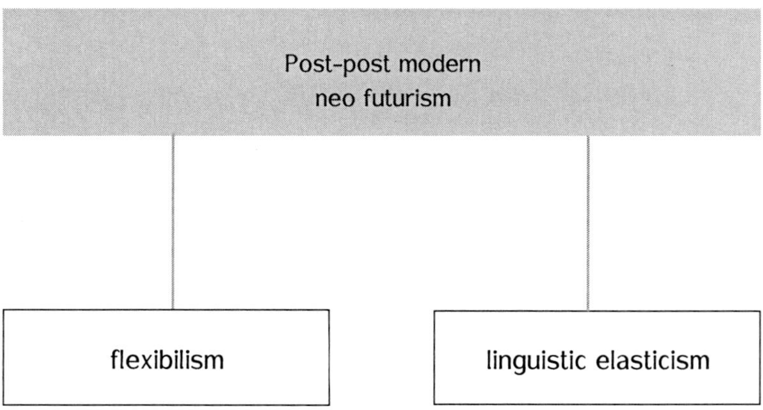

ഇതാണ് ഈ നോവലിന്റെ ഒരു ഘടനാ സങ്കേതം. ഇതു അർത്ഥത്തെ ചോർത്തികളയാത്ത പുതിയ കാലത്തിന്റെ രചനാവിപ്ലവമാണ്. ഒറ്റവാക്കിൽ ഇതിനെ 'മേതിലിയൻ സരസ്വതി' എന്നു വിശേഷിപ്പിക്കാം. വായനക്കാരൻ ഈ നോവലിൽ നിന്നും പലതും പഠിക്കാൻ പോകുകയാണ്. പുതിയകാലത്തിന്റെ വിശദീകരിക്കാനാവാത്ത ആത്മശക്തിയെ കാവേരി-ആബിദ് കഥാപാത്രങ്ങളിലൂടെ നിർവചിക്കാൻ ശ്രമിക്കുന്ന ഈ നോവൽ പ്രേമത്തിന്റെ ഘടനയെയും രൂപത്തെയുമാണ് ഇതിൽ രേഖപ്പെടുത്തുന്നത്.

അനുബന്ധം:

മലയാളനോവൽ സാഹിത്യത്തിനുള്ള പുതിയ ചികിത്സയാണ് നിഷാദിന്റെ 'ഏകാന്തതയെ കുറിച്ച് ഒരു നോവൽ കൂടി' എന്ന ഈ

നോവൽ. ഇതിന് കൂടുതൽ അനുബന്ധ വരിയിട്ടെഴുതലുകൾ ആകുന്നതിൽ ഒരർത്ഥവുമില്ലാത്തതുകൊണ്ട് ലോക നോവലിലെ ചില പരീക്ഷണങ്ങൾ ചുവടെ ചേർക്കുന്നു.

ഫിഗർ ഒന്ന്

Nicola Yoon

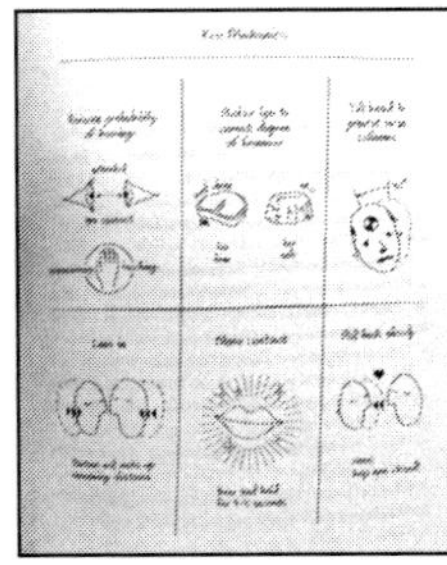

ഫിഗർ രണ്ട്

Daniel Handler

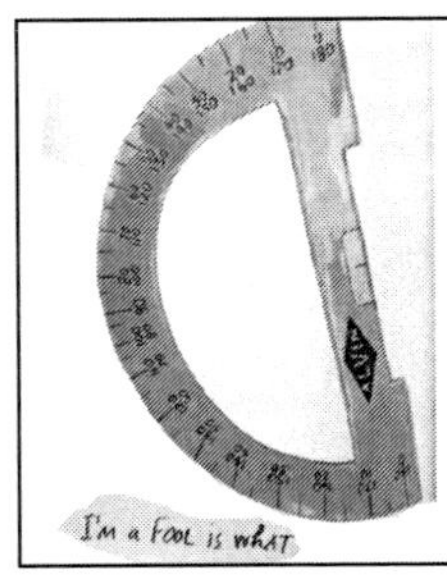

ഫിഗർ മൂന്ന്

Will Darbyshire

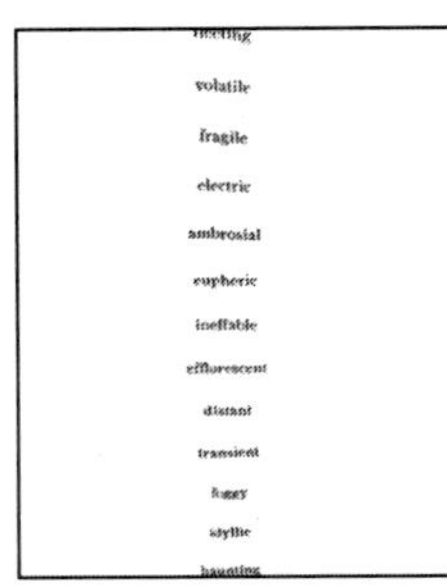

ഇതു ഫ്ലെക്സിബിലിസകാലത്തെ നോവൽ കലയുടെ ഉരുക്കയുക്തിക്കിട നൽകുന്ന വായനയും കാഴ്ചയുമാണ്.